અકબર બીરબલની વાર્તા COLOR

વિવેક કુમાર પાંડે શંભુનાથ

ISBN 979-888591204-4

આ કિતાબ માં 35+ થી વધારે અકબર અને બીરબલ ની વાર્તાઓ છે. બધા લોકો ને અકબર અને બીરબલ ની વાર્તા ખુબ પસંદ છે .આ પુસ્તક લખતી વખતે કોઈ ધર્મ અને કોઈ વ્યક્તિને નુકસાન થયું નથી અને આ પુસ્તક શ્રી વિવેક કુમાર પાંડે શંભુનાથજી દ્વારા લખવામાં આવ્યું છે. 12 વર્ષની ઉંમરે, તેણે 250 થી વધુ પુસ્તકો લખીને ઇતિહાસ રચ્યો. તેમને યંગેસ્ટ રાઈટરનો એવોર્ડ પણ એનાયત કરવામાં આવ્યો હતો.

સામગ્રી

પ્રસ્તાવના	vii
1. સામાન્ય પથ્થર અને પારસ	1
2. બીરબલને સજા કેટલી !!	3
3. ઉંટની ગરદન વાંકી કેમ ?	5
4. બેમાંથી ખાનદાન કોણ ?	6
5. ચારમાંથી ચોર કોણ ?	8
6. ફુલમાં કયું ફુલ મ્હોટું ?	10
7. બગડી એ કેમ સુધરે ?	12
8. રાધુ તો મહા તપશ્વિ છે !	16
9. અકલ શું કરી શકતી નથી ?	18
10. પાનમાં પાન કયું મ્હોટું ?	21
11. નીમકહરામ કોણ ?	22
12. રામ રાખે તેને કોણ ચાખે ?	23
13. નદી શા માટે રડે છે ?	26
14. બાદશાહ અને ચુનો	28
15. બીરબલના બાળકો	30
16. અકબરના પાંચ સવાલ	32
17. ઈશ્વરના રૂપ	34
18. શુકન અપશુકન	35
19. બીરબલની કસોટી	37
20. માટલામાં બુદ્ધિ	39
21. સબસે બડા કોણ ?	41
22. અકબરનો પ્રપંચ	43
23. આ ચોર કે શાહુકાર !	46
24. અવગુણ ઉપર ગુણ	49
25. દીકરાની વાત માએ રાખી	51
26. અવગુણ ઉપર ગુણ ૨	53

સામગ્રી

27. રાજાના માથાનો મલ્યો 56

28. ખરા નામની ખુબી 58

29. મને મારો માલ અપાવો 61

30. ચાર પહેલવાનોની માંગણી 63

31. દરેક વ્યક્તિ પત્નીથી ડરે 65

32. બુદ્ધિમાં કોણ ચઢિયાતુ ? 67

33. મોરનાં ઈંડા 68

34. વજીર 71

35. પરદેશી કલાકાર 73

36. પ્રશ્નના જવાબમાં પ્રશ્ન 75

37. બીરબલની ખીચડી 76

38. માતૃત્વનો ન્યાય 78

39. મહોરો કોની ? 80

40. હજામની પરીક્ષા 82

પ્રસ્તાવના

મારું નામ વિવેક કુમાર પાંડે છે અને હું એક લેખક છું, હું સુરત, ગુજરાત માં રહું છું. મારો જન્મ 30 સપ્ટેમ્બર 2002 ના રોજ થયો હતો, અને હું બાળપણથી એક્ટર બનવાનું સપનું જોતો હતો અને હજુ પણ કરું છું.. હું ક્યારેય વિચારતો નથી કે લોકો શું કરી રહ્યા છે, મને લાગે છે કે હું જે કરી રહ્યો છું, આજે હું સફળ છું, તેથી જો તે આજે તેના પિતાના કારણે જીવ્યો હોત તો તે ખૂબ જ ખુશ હોત, તે હંમેશા અને હંમેશા મારી સાથે રહેશે.

1
સામાન્ય પથ્થર અને પારસ

• ૧. સામાન્ય પથ્થર અને પારસ

એક વાર એક વૃદ્ધ સ્ત્રી પોતાની પુત્રવધુ સાથે બીરબલ પાસે જઈને બીરબલને કહ્યું, 'મારા પુત્રએ વીસ વર્ષ સુધી શાહી ફોજમાં રાજયની સેવા કરી, પણ હવે એ આ દુનિયામાં નથી. અમે બે સ્ત્રીઓ તદ્દન નિરાધાર બની ગઇ છીએ. અમારી પાસે આવક નથી.'

તેમની વાત સાંભળી બીરબલે કહ્યું, 'તમારા દુ:ખને હું સમજી શકું છું. બાદશાહ અકબર દયાળુ છે. એ તમારી મદદ કરશે. હું તમને કહું એમ તમે કરશો તો તમારું કામ થઈ જશે.'

બીજા દિવસે દરબાર ભરાયો. વૃદ્ધ સ્ત્રી પોતાની પુત્રવધુ સાથે દરબારમાં હાજર થઈ. તેણે કહ્યું, 'જહાંપનાહ! મારા પુત્રની આ તલવારે અનેક યુદ્ધો જીતાડયા છે. હવે એ હયાત નથી તો આપ આ તલવારને તમારા શસ્ત્રાગારમાં જગ્યા આપો.'

બાદશાહે તલવાર જોઈને કહ્યું, 'આ કાટ ખાધેલી સાવ જૂની તલવાર અમારા કંઈ જ કામની નથી.' વળી, બાદશાહે તેમના એક સેવકને હુકમ આપ્યો, 'આ તલવાર એને પાછી આપી દો. સાથે પાંચ સોનામહોર પણ આપો'. બાદશાહનું એવું વર્તન જોઈને બીરબલને નવાઈ લાગી. માત્ર પાંચ સોનામહોર! બીરબલે બાદશાહ અકબરને કહ્યું, 'જહાંપનાહ! શું એ તલવારનું હું નિરીક્ષણ કરી શકું?' બાદશાહ અકબરે કહ્યું, 'હા, બીરબલ તું પણ નિરીક્ષણ કરી લે.'

બીરબલે તલવાર હાથમાં લીધી અને ઝીણવટપૂર્વક નિરીક્ષણ કરવા લાગ્યો.ઘડીકમાં આમ ફેરવતો, તો ઘડીકમાં નીચેની બાજુ જોતો, તો ઘડીકમાં તલવારની મુઠ જોતો.

બાદશાહ પણ બીરબલની આ હરકત જોઇ વિચારમાં પડયા. છેવટે ન રહેવાતા પૂછ્યું, 'શું થયું બીરબલ?' 'કંઈ નહીં જહાંપનાહ! જો કે મને વિશ્વાસ હતો કે તલવાર સોનાની બની જશે.' 'હેં, શું કહ્યું... સોનાની?' બાદશાહને બીરબલની વાતથી નવાઇ લાગી.'હા જહાંપનાહ! એક પારસ જે માત્ર એક પથ્થર હોય છે, તેના સ્પર્શથી લોખંડ સોનું બની જાય છે. તો આપના જેવા પરોપકારી બાદશાહના હાથનો સ્પર્શ પામ્યા પછી પણ...'

બીરબલે જાણી જોઇને વાકય અધૂરૂં છોડયું. બાદશાહ બીરબલની વાતથી બેચેન બની ગયા. તેમણે કહ્યું, 'જે કહેવું હોય તે સ્પષ્ટ કહે.' બીરબલે કહ્યું, 'સામાન્ય પથ્થરમાં અને પારસમાં આ જ ભેદ હોય છે. એકના સ્પર્શથી સોનું બને તો બીજાનો સ્પર્શ ઇજા કરે. મદદ માટે આવેલી આ સ્ત્રીઓ ખુશ થવાને બદલે દુ:ખી થઈ ગઈ.'

અકબર બાદશાહ બીરબલના કહેવાનો ભાવાર્થ તરત સમજી ગયા. તેમને થોડી શરમ પણ ઊપજી. તેમણે એ જ વખતે હુકમ કર્યો, 'આ સ્ત્રીને તલવારના વજન બરાબર સોનામહોરો આપવામાં આવે અને જીવે ત્યાં સુધી તેમને ખરચા-પાણી આપવામાં આવે.' તરત જ હુકમનું પાલન કરવામાં આવ્યું.આમ બીરબલે ચતુરાઇથી વૃદ્ધ સ્ત્રી અને તેની પુત્રવધુને આજીવિકાનું સાધન કરાવી આપ્યું. બંને સ્ત્રીઓ બાદશાહ અકબર અને બીરબલને દુવાઓ આપતી ઘરે ગઇ.

2

બીરબલને સજા કેટલી !!

• ૨. બીરબલને સજા કેટલી !!

એક દિવસ અકબર અને બીરબલ ફરવા નિકળ્યા. ફરતાં ફરતાં અકબરે બીરબલને કહ્યું બીરબલ તું ખૂબ ચતુર છે મારા માટે તું ખૂબ કામનો માણસ છે,પણ મને થાય છે કે કોઇ વાર તારો વાંક હોય તો, મારે તને તે દિવસે સજા કરવી પડશે તો ?

બીરબલે કહ્યું હજુર ! જેનો વાંક થયો હોય તેને સજા તો થવી જ જોઇએ. પણ જો કોઇ દિવસ મારો વાંક થયો હોય તો હું કહું એની પાસે મારો ન્યાય કરાવજો.અકબરે કહ્યું ભલે.

એકવાર કોઇ બાબતમાં અકબરને બીરબલનો વાંક ‘દેખાયો, અકબર ખૂબ ગુસ્સે થયાં. એણે બીરબલને કહ્યું આજે તારો વાંક થયો છે. તને મારે આકરી સજા કરવી પડશે. બીરબલે અકબરને આપેલું વચન યાદ ‘દેવડાવ્યું. અકબર કહે ઠીક છે, તું મને કહે તેની પાસે તારો ન્યાંય કરાવું ?

બીરબલે કહ્યું શહેરનાં છેડે થોડા ઝુંપડા છે ત્યાંથી પાંચ માણસોને બોલાવો. તેઓ મારો ન્યાંય કરશે.

અકબર કહે કે એ લોકોને વળી ન્યાંય માં શું ખબર પડે ?

બીરબલ કહે હજુર ! વચન એટલે વચન. હું કહું એમની પાસે જ તમારે મારો ન્યાંય કરાવવો જોઇએ.

અકબરે સિપાઇ ઓને ‘દોડાવ્યાં. પાંચ માણસો ધ્રુજતા ધ્રુજતા ‘દરબારમાં આવ્યાં. તેઓ હાથમાં હાથ જોડીને ઉભા હતાં. તેમણે માત્ર ટૂંકી પોતડીઓ જ પહેરેલી હતી. પગમાં તો જોડા જ ન હતાં. બાલ-‘દાઢી તો કોણ જાણે કયારે કપાવ્યાં હશે.! ‘દરબારીઓ તો તેમને જોઇને માંડ માંડ હસવું રોકી શકયાં.

અકબરે તેમને બીરબલનાં વાંક વિશે કહ્યું એમને સજા કરવી છે, એવું પણ કહ્યું. એમાથી એક કહે, હજૂર અમને શા માટે વિતાડો છો ? જવાં ‘દો ને, અમને આવું બધુ ન આવડે.બાદશાહે તેમને હુકમ કર્યો આથી પાંચેય જણા ન્યાંય કરવાં બેઠાં. એમની વચ્ચે

પરસ્પર વાતચીત શરૂ થઇ.

પહેલાએ કહ્યું બીરબલ આજે બરાબરનો હાથમાં આવ્યો છે, બેટાને એવો 'દંડ કરીએ કે બરાબર યાદ રહી જાય. ? બીજો કહે હા, હા, બરાબર છે, શહેર આખામાં વટ મારતો ફરે છે, દસ વીસનો દંડ ફટકારી દો. ભરતાં ભરતાં એ થાકી જશે. ત્રીજો કહે, નકામી વાતો ના કરો, કાંક ન્યાંય જેવું તો લાગવું જોઇએ ને ? એમ કરો, પાંચ વીસું નો 'દંડ ફટકારી 'દો. એય બહું થઇ જશે.

ચોથો બોલ્યો અરે ભાઇ રેવા 'દો, પાંચ વિસુ નો એણે આખા જીવનમાં નહી જોયા હોય. ત્રણ વિસું જ ઠીક રહેશે. પાંચમો કહે, અલ્યાં શીદને બાયડી ને છોકરાની હાય લો છો, બચારા ભૂખે મરી જશે. પહેલો ફરીથી બોલ્યો લ્યાં કકંઇ સમજો તો ખરા ! બીરબલ તો મોટું માણસ છે, 'દંડ પણ એવો મોટો જ કરાય ને !.

બીજો કહે કે જોઓ ભાઇઓ હવે લાંબું ચોડું કરવામાં કોઇ ફાયદો નથી. આપણે પાંચ વિશું 'દંડ કરીએ. એ આપણને જીદગી ભર યાદ રાખશે. નકકી કરીને પાંચેય જણાં અકબર પાસે આવ્યાં. પછી કહ્યું બીરબલ તમારો ખાસ માણસ છે છનાં હ્દય કઠણ કરીને અમારે પાંચ વીશું જડલો આકરો 'દંડ કરવો પડે છે. બિચારો 'દંડની રકમ એક સાથે ન ભરી શકે તો એમને હપતાં બાંધી આપજો.

આમ ગરીબ માણસો પોતાના ગજા પ્રમાણે બીરબલનો ન્યાંય કરીને જતાં રહ્યાં. અકબરે બીરબલને પૂછયું બીરબલ આ પાંચ વિશું એટલે કેટલા ? બીરબલે જવાબ આપ્યો. સો.

અકબરને હસવું આવી ગયું. એણે બીરબલનો પાંચ વિશું નો 'દંડ પણ માફ કરી દીધો

3
ઉંટની ગરદન વાંકી કેમ ?

- ૩. ઉંટની ગરદન વાંકી કેમ ?

અકબર બિરબલના હાજર જવાબીના કાયલ હતાં, એક દિવસ તેમણે દરબારમાં ખુશ થઈને બીરબલને કંઈક પુરસ્કાર આપવાની ઘોષણા કરી. પરંતુ ઘણાં દિવસો પસાર થઈ ગયાં બાદ પણ બિરબલને ધનની રકમ (પુરસ્કાર) ન મળી બિરબલ ખુબ જ મુંઝવણમાં હતો કે બાદશાહને આ વાત કેવી રીતે યાદ અપાવવી?

એક દિવસ મહારાજા અકબર યમુના નદીના કિનારે સાંજે ફરી રહ્યાં હતાં. બીરબલ પણ તેમની સાથે હતાં, અકબરે ત્યાં એક ઉંટને ફરતું જોયું. અકબરે બિરબલને પુછ્યું, બીરબલ કહે તો, ઉંટની ગરદન વળેલી કેમ હોય છે?

બીરબલે વિચાર્યું મહારાજને તેમનો વાયદો યાદ અપાવવાનો આ યોગ્ય સમય છે. બીરબલે કહ્યું, મહારાજ આ ઉંટ કોઈની સાથે વાયદો કરીને ભુલી ગયું છે, જેના લીધે ઉંટની ગરદન વળી ગઈ છે. મહારાજ, કહેવાય છે કે જે કોઈ પણ વાયદો કરીને ભુલી જાય છે ભગવાન તેની ગરદન આ ઉંટની જેમ વાળી દે છે. આ એક રીતની સજા છે.

ત્યારે અકબરને યાદ આવે છે કે, તેમણે પણ બીરબલને એક વાયદો કર્યો હતો અને ભુલી ગયાં છે. તેમણે બીરબલને ઝડપથી મહેલમાં ચાલવા માટે કહ્યું. અને મહેલમાં પહોચતાંની સાથે જ તેમણે બીરબલને તેની પુરસ્કારને રકમ સોંપી દિધી અને કહ્યું હવે તો મારી ગરદન ઉંટની જેમ નહિ વળી જાય ને બીરબલ ! આટલુ કહીને અકબર જોરથી હસી પડ્યાં. અને આ રીતે બિરબલે પણ માંગ્યા વિના ચતુરાઈથી પોતાનો પુરસ્કાર મેળવી લીધો.

4
બેમાંથી ખાનદાન કોણ ?

• ૪. બેમાંથી ખાનદાન કોણ ?

'સારા જનને સર્વદા, ગમેજ સારો સંગ,
નરસાને નરસો ગમે, સંગ પ્રમાણે રંગ.'

એક દીવસે શાહે કચેરી સમેત બીરબલની સાથે તોલ ટપ્પા ઉડાવી કલોલ કરી રહેલા છે. એટલામાં ખીમજી અને સુંદરજી નામના બે ભાઇઓએ આવીને વીનંતી કરી કે અમે જાતે ક્ષત્રી છઇએ, અને લાહોરમાં રહીએ છઇએ. અમારી મા એક અને બાપ જુદાં છે. પહેલા બાપના વીર્યથી ખીમજી ઉત્પન્ન થયો એટલામાં તેનો તે બાપ મરણ પામ્યો. તેથી અમારી માએ, અમારા જાતી રીવાજ મુજબ બીજો ધણી કીધો. તેના બીજથી આ સુંદરજી ઉત્પન્ન થયો.

પછી તે બાપ પણ મરી ગયો. આમ થવાથી અમારી મા અમને સાથે રાખી ઘરનો તમામ વહીવટ કરતાં કરતાં મરણ પામી. પોતાની હૈયાતીમાં તે એક વીલ કરી ગઇ છે કે, બેમાંથી કોઇએ સ્થાવર જંગમની વહેંચણી કરવી નહીં. પણ બેમાંથી જે ખાનદાનનું ફરજંદ હોય, તેણેજ વહીવટ ચલાવવો. હવે અમારા બેમાંથી કોણ ખાનદાનનું ફરજંદ છે, તેનો તમે નીર્ણય કરી આપો. બીરબલે કહ્યું કે, 'હું તમને રહેવાની જગા કરી આપું ત્યાં તમે બંને ભાઇઓ બે માસ સુધી રહેશો તો હું તમારો ફેસલો કરી આપીશ.' આ બંને ભાઇએ તેમ કરવાની હા પાડવાથી બીરબલ તરત તેને રહેવાને માટે ગોઠવણ કરી આપી.

એટલે તે બંને ત્યાં જઇને રહ્યા. આ બંનેની ચાલ ચલણ અને રીતભાત ઉપર બહુ બારીકીથી બીરબલ નજર રાખી જોવા લાગ્યો. તો સુંદરજી સારા ગુણ ધરાવનારા ઉત્તમ ખવાસના અમીર ઉમરાવોની સાથે મીત્રાચારી બાંધી તેમની સાથે ફરવા લાગ્યો. અને અમીર ઉમરાવોની પેઠે ખાવા પીવા તથા ઓઢવા પહેરવા લાગો. ખીમજી તેથી ઉલટી રીતે વરતવા લાગો. ખીમજીની કઠોર વાણીથી લોકો તેને માન ન આપતાં સુંદરજીને વધારે ચહાતા હતા.

સુંદરજી પોતાનો ફુરસદનો વખત વાંચવા લખવામાં કાઢતો હતો. ત્યારે ખીમજી ફુરસદનો વખત ભાંગ ગાંજો-દારૂ અને નીચ રાંડોમાં પડી રહી કાઢતો, એવી રીતે બધી તરેહની બારીક તપાસ કરી બીરબલે વીચાર કર્યો કે, 'આ બેમાંથી ખાનદાનનું ફરજંદ તો સુંદરજીજ છે. કારણ કે જેના બાપદાદાથી જેવી ચાલ ચાલી આવતી હોય, તેવાજ ગુણ તેના છોકરામાં પણ આવવા જોઇએ. એવો નકી નિર્ણય ઉપર આવીને, તેથી તે પ્રમાણે પુરાવો મળવાથી સુંદરજીને ખાનદાન ઠરાવ્યો.

બીરબલની આવી ઉંડી શક્તિનો અદ્દ્ભુત ચમત્કાર જોઇ તમામ કચેરી દીગમુંઢ બની ગઇ.

સાર - ગુણ અને અવગુણની પરીક્ષા કરી શકવાની શક્તિ ધરાવનારાજ સત્યનો તોલ કરી શકે છે.

5
ચારમાંથી ચોર કોણ ?

* ૫. ચારમાંથી ચોર કોણ ?

ઝરમર ઝરમર વરસાદ વરસી રહ્યો છે, મંદ મંદ વાયુ ચાલી રહ્યો છે, મેઘ ગર્જના થઇ રહી છે, એવા શાંત સમયે શાહ 'આલમ બાગમાં' તમામ દરબારીઓને બોલાવી બીરબલની સાથે રાજ રંગની વાતો ચલાવી રહ્યો છે. એ સમયનો લાભ લઇ સુંદરી, ગંગા, તારા અને ચંદરી નામની ચાર નાયકાઓ આવી મુજરો કરી ઉભી રહીઓ. અને તે ચારે જણીમાંથી એકે કહ્યું કે, 'ખલેકે ખાવીંદ ! અમે ચારે સગી બેનો થઇએ, અને સાથે રહી ગાયનનો ધંધો કરીએ છીએ.

અને જે કાંઇ કમાણી કરીએ છીએ તે પણ ભેગું રાખીએ છીએ. આમ કરતાં કરતાં અમે બે લાખ રુપીઆ પેદા કીધા. આ મોટી રકમ અમારાથી સચવાઈ શકાય એમ ન હોવાથી, તથા તે રકમને બીજાને ત્યાં વ્યાજે મુકવાની હીંમત નહીં ચાલવાથી, અમે તે રકમનું એક રત્ન વેંચાતું લીધું. તે રત્નને એક પટારામાં મુકી તેને જુદી જુદી જાતના ચાર તાળા મારી તેની અકેક ચાવી અમે અકેક જણીઓ રાખીએ છીએ.

અને જ્યારે પટારો ઉઘાડવો હોય છે ત્યારે ચારે જણીઓ સાથે મળીને ઉઘાડીએ છીએ. હમણાં તપાસ કરતાં રત્ન ગુમ થયેલું જણાયું. હવે તે રત્ન અમારામાંથી કોણ લઇ ગયું તે ખબર નથી. તે રત્ન અમારામાંથી કોઈનું નામ જો છતું ન થાય તો તેને ખચીત મરવું પડે. માટે અમારામાંથી કોઇનું નામ છતું ન થાય, અને અમારૂં રત્ન અમને મળે એવા પ્રકારનો ઇન્સાફ આપવાની મહેરબાની કરશો.

'શાહના હુકમથી બીરબલે આ ચારે જણીઓની મુખ જબાની લીધી તો મળતી આવી, પછી તે ચારે જણીઓને પંદર દિવસ સુધી રહેવાનો હુકમ કીધો. અને તેણીઓ દરેકને રહેવા માટે જુદા જુદા ઓરડા આપ્યા. તે એવા કે તેમના ઓરડાની પાછળ જાળીઆં હતાં, અને તે જાળીઆં એવાં હતાં કે તે ઘરમાં શું થાય છે, તે બહારનો માણસ જોઈ શકે, પણ ઘરનો જોઇ શકે નહી.

કાંઇ પણ યુક્તી કીધા વગર રત્નનો પતો લાગનાર નથી. એવો વીચાર કરી બીરબલે પોતાની દાસીને કહ્યું કે, તે ચારે નાયકાને ઉતારે તારે નીત જઇ તેણીઓનો પ્યાર મેળવવો.' દાસીએ તે મુજબ કીધું. પછી ચૌદમા દિવસની રાતે બીરબલ પોતાની દાસી સાથે ગયો. અને દાસીને કહ્યું કે, તે ચારે જણીને તારે એમ કહેવું કે તમારૂં રત્ન મળ્યું છે, તે તમને કાલે આપવામાં આવશે. પછી પા કલાક બેસીને તું તરત ઉઠી નીકળજે.

'બીરબલને આમ કરવાનું કારણ એટલુંજ કે, જેની પાસે જે વસ્તુ હોય, અને તેને કહીએ જે બીજી જગાએ મેં તે વસ્તુ જોઇ હતી તો તે માણસ પોતા પાસેની વસ્તુ તપાસવા વગર રહે નહીં. હવે બીરબલની દાસીના કહેવા મુજબ તો ત્રણે જણીઓ ખુશી થઇ પણ ચોથીની આગળ દાસીએ રત્નની વાત કહી, તેથી તેનો ચહેરો તરત ફીકો પડી ગયો, અને મન સાથે વિચાર કરવા લાગી કે, 'રત્ન તો મારી કને છે, અને ત્યાં કેવી રીતે ગયું.

જો દાસી જાય તો તપાસી જોઉં. 'એવો મનસુબો કરીને દાસીને કહ્યું કે, 'આજતો મને બહુ ઉંઘ આવે છે, માટે સુઇ જઇશ.' એમ કહી દાસીને રજા આપી. આ સમે બીરબલ તે ચંદરીના ઓરડાના પછવાડેના ભાગમાંથી બધી વાત સાંભળતો હતો, અને જોતો હતો. દાસી ગઇ.ચંદરીએ તરતજ ઓરડાનું બારણું બંધ કરી, પેટી ઉઘાડી રત્ન બહાર કાઢી બરાબર તપાસીને પાછું મુકી દીધું. આ જોઇ બીરબલ અને તેની દાસી પોતાને ઘેર ગયાં.

પછી તરત તે ચારે જણીઓને કહી મોકલાવ્યું કે, 'શાહને તમારૂં ગાયન સાંભળવાની ઇચ્છા થઇ છે માટે તરત આવવું.' હુકમ થતાંજ આ ચારે જણીઓ આવીને પોતાનું ગાયન સંભળાવી શાહ અને બીરબલને છક કરી નાખ્યા. બીરબલે આ ત્રણેને કેફ વગરની ચાહ પાઇ અને પાનની પટી ખવરાવી. અને ચંદરીને કેફ ચઢે એવી પાઇને ઉપરથી પાનની પટી ખવરાવી બેભાન બનાવી. તે ત્રણેને જુદી ગાડીમાં બેસાડી રવાના કરી.

અને ચંદરીની સાથે પોતાની દાસીને મોકલીને કહ્યું કે, 'ચંદરીને ખુબ કેફ ચઢે ત્યારે તેની કમરેથી ચાવી લઇ તેની પેટી ઉઘાડી તેમાંથી રત્ન કાઢી લઇ પેટી પાછી બંધ કરી નાંખી, પછી ચાવી તેની કમરે લટકાવી ઝટ તેના ઓરડાના બારણા બંધ કરીને પાછી તું આવતી રહેજે.' બીરબલના કહેવા મુજબ કરી દાસી તરત પાછી આવીને તે રત્ન બીરબલને આપ્યું.

રત્ન હાથમાં આવતાંજ બીજા દિવસના બાર વાગે કચેરીમાં ચારે નાયકાઓને બોલાવીને બીરબલે સર્વની સમક્ષ ડાબલામાંથી રત્ન કાઢીને ટેબલ પર મુકીને કહ્યું કે, 'જુઓ આ રત્ન તમારૂં છે ?' તે બોલીઓ કે, 'હા તે અમારૂં છે.' એટલે બીરબલે તેણીઓને તેમનું રત્ન આપી દીધું. તે લઇને ચારે જણીઓએ ગુપચુપ પોતાનો માર્ગ લીધો. ચારે જણીઓમાં કોઇને દુઃખ ન લાગે, અને કોઇ કોઇને કંઇ કહી ન શકે, અને પોતાના મનમાં સમજી બેસી રહે તેવા પ્રકારનો ઇન્સાફ બીરબલે આપવાથી શાહ સમેત તમામ દરબાર ગર્વ રહીત બની બીરબલની બુદ્ધિને ધન્યવાદ આપવા લાગી.

સાર - કોઇની વાત કોઇ ન જાણી શકે, અને તેની ગયેલી વસ્તુ તેને પાછી મળે. એવી પ્રકારનો તોલ કરી ન્યાય કરનારજ ખરો ન્યાયાધીશ કહેવાય. બાકીના તો કેસુડાના રંગ જેવા સમજવા.

6
ફુલમાં કયું ફુલ મ્હોટું ?

• ૬. ફુલમાં કયું ફુલ મ્હોટું ?

આનંદ કહે પરમાણંદા, માણસે માણસે ફેર,
એકતો લાખે ન મળે, એક તાંબીઆના તેર.

હજી દરબાર અમલદારોથી બરાબર ભરાઇ નથી એટલામાં શાહ આવી પોતાના આસનપર વીરાજમાન થયો, જેમ જેમ ઉમરાવો આવતા ગયા તેમે તેને પુછતો ગયો કે, ‘ફુલમાં કયું ફુલ મ્હોટું?’ ‘દાંત કોના મ્હોટા? સર્વથી સરસ પુત્ર કોનો? મ્હોટામાં મ્હોટો રાજા કયો ? ગુણમાં મ્હોટો ગુણ કયો? આ પાંચ સવાલોનો જવાબ જેમ જેના મનમાં આવ્યો તેમ તેઓ આપી પોતાની જગ્યા પર બેસતા હતા પણ તેઓના જવાબ શાહને સંતોષકારક ન લાગવાથી શાહ બહુ ઉંડા વિચારમાં ઉતરી જઇને મ્હોટેથી કહ્યું કે, ’મારા સવાલનો જવાબ આપી શકે એવો કોઇ પણ અમલદાર બુદ્ધિમાન નથી એ જોઇ મને મહા ખેદ થાય છે.

જો બીરબલ જેવો બુદ્ધિવાન અને તાનસેન જેવો ગવૈયો મારી દરબારમાં ન હોતતો મારા અદલ ન્યાયની અચળ કીરતી જગમાં કદી પણ પસરત નહીં.‘ આ પ્રમાણેના શાહના ઉદ્ગાદરો નીકળી રહ્યા છે, એટલામાં બીરબલ દરબારમાં દાખલ થયો. તે જોઇને શાહે તે પાંચે સવાલ બીરબલને પુછ્યા. તે સાંભળી બીરબલ કહેવા લાગ્યો કે, ’સરકાર !

મ્હોટામાં મ્હોટું ફુલ કપાસનું જેમાંથી રૂ પેદા થાય છે, તેમાંથી સુતર બને છે. અને સુતરમાંથી કાપડ બને છે, અને તે કાપડ લોકોના શરીરનું રક્ષણ કરે છે. દાંત દંતાળીના મ્હોટા કે જેનાથી અનાજનો સારો પાક થાય છે. પુત્ર ગાયનો મ્હોટો કે જે બળદ ખેતી ખેડી જગતને પોશે છે. મ્હોટામાં મ્હોટો રાજા મેઘ, જેની વૃષ્ટિવડે રાજા રંક, પશુ પક્ષી જીવે છે. જ્યારે મેઘની વૃષ્ટિ થતી નથી ત્યારે મહાન રાજાઓ અને પ્રબળ પ્રજા નિર્બળ બની જાય છે.

માટે મેઘ મોટો ગણાય છે. ગુણમાં ગુણ મ્હોટો હીંમત જે વડે દુશ્મનને પણ વસ કરી શકે છે.‘ આ પાંચો જવાબ સાંભળી શાહ ઘણો ખુશી થયો. પણ અમીર ઉમરાવો રાજી ન થતા તે

જવાબો પ્રત્યે અભાવ જણાવી ઘણો મતભેદ બતાવ્યો. પણ તેના મતભેદથી રાહ છુટો પડી પાંચમાં જવાબની ખાત્રી કરવાની મરજી જણાવી.

આ વાતને થોડાક દીવસ વીતી ગયા પછી એક સમે યમુનાજીથી સ્નાન કરી બીરબલ આવતો હતો, તે જોઇ શાહે પાંચમા સવાલની ખાત્રી કરવાનો વખત છે એમ વીચાર કરીને એક હાથીના મહાવતને બોલાવી કહ્યું કે, 'ભાગવાનો રસ્તો ન મળે એવી સાંકડી શેરીમાં પેઠો તેવોજ તેની સામે હાથીને મસ્તાન બનાવી એકદમ છોડી દે જે.' જેવો બીરબલ સાંકડીશેરીમાં પેઠો તેવોજ માવધે મસ્ત હાથીને તેની સામે છોડી દીધો.

પોતાની સામે ધસારાબંધ આવતા હાથીને જોઇને બીરબલે મનમાં વીચાર કીધો કે, 'આ બધી ધામધુમ પાંચમાં સવાલની ખાત્રી કરવા માટે શાહે કીધી છે, એમાં તો જરા પણ શક નથી ? મારે પણ તેની ખાત્રી કરી આપવીજ જોઇએ?' હાથીના સપાટામાંથી બચવા માટે ઇલાજ શોધવા લાગો, પણ કંઇ ઇલાજ ન મળવાથી હીંમતે મદદ તો મદદે ખુદા આવો વીચાર કરી તે ઉશ્કેરાયેલા હાથી સામે જવા લાગ્યો. એટલામાં એક આડી ગલી આવી. આ ગલીને નાકે એક બીમાર કુતરૂં પડેલું હતુ, તેના બે પગ પકડીને ખુબ ફેરવ્યું અને જોરથી હાથીના કપાલ પર ફેંક્યું તેથી તે કુતરાના નખ હાથીની શુંઢના મુળમાં વાગવાથી હાથી પાછો હઠવા લાગ્યો. હાથીને જોઇ કુતરૂં બહુ ભસવા લાગ્યું.

તે જોઇ હાથી બહુ ખીજવાયો, મહાવતના હાથમાં ન રહેતાં હાથીતો કુતરાની પાછળ દોડ્યો. તે તકનો લાભ લઇ બીરબલ આડી ગલીમાં નીકળી ગયો. કુતરૂં પણ ભસતું ભસતું બીરબલ વાળી ગલીમાં પેઠું, તે જોઇ હાથી પણ સ્તંભ થઇ ગયો. મહાવતે તરત હાથીને પાછો ફેરવ્યો. અને બનેલી હકીકતથી શાહને વાકેફ કીધો. આ સાંભળી શાહ ઘણો ખુશી થયો.

સાર - હાજર સો હથિયાર ? આફતની વખતે તેજ કામ આવે છે. પણ જો તેમ કરવાની પોતામાં બુદ્ધિ ન હોય તો કોઇની સાથે કોઇ પણ વખતે તકરારમાં ઉતરી હઠ કરવી નહી, ખોટી રીતે હઠ કરવાથી આબરૂ અને પ્રાણની હાની થાય છે.

7
બગડી એ કેમ સુધરે ?

• ૭. બગડી એ કેમ સુધરે ?

સુધરી બીગરે બેગહી, બીગરી ફીર સુધરે ન,
દુધ ફટે કાંજી પરે, સો ફીર દુધ બને ન.

એક સમે શાહે રંગ ભુવનમાં દરબાર ભરી, રંગ રાગમાં ગુલતાન બની આનંદ લુટી રહ્યા હતા. દરબારીઓને વધારે આનંદીત બનાવવા માટે શાહે એક ઉત્તમ અત્તરની શીશી કાઢી જેવો તે બધાને છાંટવા જાય છે તેવુંજ તે શીશીમાંનું થોડુંક અત્તર ગાલીચા પર ઢોળાઇ ગયું. તે કોઈ જાણી ન શકે તેમ ગાલીચા પરથી આંગળી વતે લેવાને જરા વાંકો વળ્યો, પણ અત્તર પડતાજ ગાલીચો ચુસી જવાથી શાહના હાથમાં ન આવ્યું તેથી શાહનો ચહેરો ફીકો પડી ગયો.

આ સમે બીરબલ પણ શાહની બાજુમાં બેઠો હતો. તે કોઇ જોઇ શકે નહીં તેમ બીરબલ બારીક નજરથી શાહના હાથમાંની શીશીમાંથી ઢોરાઇ ગયેલા અત્તર ઉપર હતી. તેથી શાહ મનમાં વીચાર કરવા લાગ્યો કે, મારા સરખા પણ આવી નજીવી વસ્તુ માટે કેટલો બધો લોભ રાખે છે. એમ જો બીરબલના જાણવામાં આવે તો તે વખત સાધીને મારી હાંસી કર્યા વગર કદી પણ રહેનાર નથી ?' આવો વીચાર કરી બીજે દીવસે પોતાની ઉદારતા બતાવવા માટે, તરત એક પાણીનો હોજ ખાલી કરાવી, તે અત્તરથી ભરપુર ભરાવી, શહેરના તમામ લોકોને બોલાવીને કહ્યું કે, 'જેમ તમારી મોજ આવે તેમ આ અત્તરથી ભરેલા હોજમાંથી અત્તર લો.

' આ સાંભળી લોકો મહોટી હોંશથી અત્તર લેવા લાગ્યા. આ વખતે બીરબલ પણ હાજર જતો. બીરબલને જોઇ શાહે કહ્યું કે, 'કેમ બીરબલ ! કેવી મજાહ ઊડી રહી છે ? કેવો આનંદ મચી રહ્યો છે ? આ સાંભળી બીરબલે તરત મોં મલકાવીને કહ્યું કે, હજુર ? મારા બોલવા પર રીસ ન ચઢાવશો ? પણ જે બુંદથી ગઇ તે હોજથી કદી પણ સુધરતી હશે ? તેનો આપેજ વીચાર કરી લેવો.'

બીરબલના આવા માનભંગ શબ્દો સાંભળીને શાહ બહુ ચીડાઇ જઇને મનમાં બોલ્યો કે, 'બીરબલે ચહાસન મારી હલકાઈ બતાવીને મારૂં માન ઉતરાવી નાખ્યું. અફસોસ ? આને માટે એનો જાહેરમાં તીરસ્કાર કરવો એતો મારા પદને વધારે લાંચ્છનરૂપ સમજું છું. માટે સર્વની સમક્ષ ન બોલતાં પછી એની વાત ?' આવો વીચાર કરી બે ચાર દીવસ જવા દીધા પછી શાહે નીત્યના નીયમ પ્રમાણે બીરબલની લેવાતી સલામ બંધ કરીને અનુચરને હુકમ આપ્યો કે, 'મારો હુકમ થાય નહીં ત્યાં સુધી બીરબલને કચેરીમાં આવવા દેવા નહીં.

' આ વાત બીરબલના જાણવામાં આવતાંજ બીરબલે મનમાં વીચાર કર્યો કે, 'ખરેખર મારા બોલવાથી શાહને માઠું લાગ્યું છે ! ખેર ! બગડેલી બાજીને સુધારીશું. આ બનેલા બનાવ કોઇના જાણવામાં ન આવે તેટલા માટે અહીંઆ ન રહેતાં બહાર ગામ જઇ વસવામાં હું વધારે લાભકારક સમજું છું.' આવો વીચાર કરી તરત બીરબલ કોઇને જણાવ્યા વગર ગુપચુપ દીલ્લી છોડીને એક ન્હાના ગામડામાં એક રહેતા પાટીદારને ત્યાં જઇ, પોતાનું ખરૂં નામ ઠામ ન બતાવતાં અન્ય નામ ધારણ કરી રહ્યો.

બીરબલ વગરની દરબાર અંધકાર સમ શાહને ભાસવા લાગી, બીરબલ વગરનો દીવસ શાહને બીહામણો લાગ્યો, બીરબલ વીના સત્ય ન્યાય કોણ આપે ? બીરબલ વીના રાજ ખટપટનો નીવેડો કોણ લાવે ? આવા વીચારમાં ને વીચારમાં શાહ ઘણો ગભરાવા લાગ્યો. પોતાનો ગભરાટ ઓછો કરવા માટે શાહે બીરબલની બહુ તપાસ કરાવી, પણ બીરબલનો પત્તો લાગ્યો નહીં. બીરબલ એ મારા રાજનો ચળકતો તારો છે ? એ તારો ગુમ થઇ જવાથી મારા રાજ્યમાં અંધકાર ફેલાશે.

આ ફેલાતા અંધકારને પ્રકાશમય કરનાર બીરબલ રૂપી તારાને શોધી કાઢવામાંજ મારૂં ભૂષણ છે ? આવો વીચાર કરી શાહે તરત બીરબલને શોધવા માટે ગામો ગામ માણસો મોકલ્યા પણ બીરબલનો પત્તો લાગ્યો નહીં. આથી શાહ ઘણો ઉદાસીન રહેવા લાગ્યો. બીરબલ શાહથી રીસાઇ ગામ છોડી ચાલી ગયો છે, એવી વાત ફેલાતાં ફેલાતાં છેક શાહની ઉપર વેરભાવ રાખનારાં, અને વખત આવે તો તેનું રાજ્ય છીનવી લેવાનો ઈરાદો રાખનાર રાજાઓના કાનપર ગઇ. આમાં સહુથી મ્હોટો દુશ્મન તુરકસ્તાનનો શાહ હતો. તેણે બીજા રાજાઓને બોલાવી કહ્યું કે, 'જ્યાં સુધી બુદ્ધિવાન બીરબલ હતો ત્યાં સુધી આપણે આપણા દુશ્મન ઉપર ફાવી શક્યા નહોતા.

હવે બીરબલની ગેરહાજરીમાં જો આપણે એકત્ર થઇ, સામટા બળથી હુમલો લઇ જઇને દીલ્લી હાથ કરવાં કશો વાંધો જોતાં નથી. પણ આપણા પ્રયાસમાં જો આપણે માનભંગ થઇએ તેટલા માટે અકબરની દરબારમાં હવે કોઇ બીજો બુદ્ધિવાન પ્રધાન છે કે નહી ? જો કોઇ તેવોજ બુદ્ધિવાન પ્રધાન હોય અગર છુપી રીતે બીરબલ સલાહ આપતો હોય, તો 'લેનેકો ગઇ પુત, ને ખો આઇ ખસમ' જેવી વાત બને.

માટે પ્રથમ તેની ખાત્રી કરી લેવા માટે શાહને આ પ્રમાણે કાગળ લખવો કે, 'અક્કલનો એક ઘડો ભરી ચાર માસની અંદર મોકલાવી દેજો, અને જો ન મોકલી શકો તો લડાઇ માટે તઈયાર થજો.' આમ લખવાથી ખરી બીના જાણવામાં આવશે એટલે પછી આગળ ચાલવામાં આપણને કોઇ જાતની હરકત પડનાર નથી.' આ વાતને બધા રાજાઓ કબુલ

કરવાથી તુર્કસ્તાનના શાહે સૌની સમક્ષ પત્ર લખી, અનુચરને આપી, અકબરને પહોંચાડવા દીલ્લી તરફ રવાના કીધો.

તુર્કસ્તાનના શાહનો અનુચર પત્ર લઇ ભમતો ભમતો દીલ્લીમાં આવી અકબરને તે પત્ર આપ્યો. પત્ર વાંચી શાહ મનમાં વિચાર કરવા લાગ્યો કે, 'બીરબલના જવાની ખબર સાંભળી રાજ રીપુઓ મારૂં રાજ્ય લેવાને કેવા ઉન્મત બન્યા છે ? બીરબલ વગર આનો ઉત્તર આપી રાજ્ય રીપુઓનું સમાધાન કરી શકે એવો કોઇ બીજો બીરબલ નથી ! હવે આનો શો ઉપાય કરવો ? ખચીત ! મારા કર્યા કર્મનો મારે ભોગ આપવો પડશે ? મારી કરણીનાં ફળ મારે ચાખવાં પડશે ? આતો હાથનાં કર્યાં હૈયે વાગ્યાં. એમાં બીજાનો શો દોષ ? પાણી પીને ઘર પુછવા જેવો મેં ઘાટ ઘડ્યો છે ! અપમાન કરી દરબારમાં આવતો બંધ કીધો અને હવે તેને સમજાવી લાવવામાં કેટલી બધી નામોશી ? પણ તેમ કર્યા વગર છુટકોજ નથી ?

માટે મારા ઉપર ડોળા ધુરકાવી રહેલાઓની શુદ્ધ ઠેકાણે લાવવા એક યુક્તી રચી બિરબલને શોધી કહાડું.' આવો વીચાર કરીને શાહે તરત દરેક ગામોના મુખીઓ ઉપર હુકમ લખી મોકલ્યો કે, 'જે અમારા માણસ સાથે બકરો મોકલ્યો છે, તેને દરરોજ પાંચશેર દાણો તથા ઘાસ વગેરેનો ખોરાક આપવો. જેટલા વજનનો બકરો તમારી તરફ રવાના કરવામાં આવ્યો છે તેટલાજ વજનવાળો એક માસથી વધારે રહેવો જોઇએ. જો વધારે ઓછો વજનમાં થશે તો સખ્ત શીક્ષા કરવામાં આવશે.' આવી યુક્તીવાળો હુકમ, અને તેની સાથે અકેક બકરો અને તેનું રક્ષણ કરવા માટે અકેક નોકર દરેક ગામના મુખીઓ પર મોકલી આપ્યા.

જે ગામમાં બીરબલ હતો તે ગામના મુખી પર આ હુકમ જતાં જ તે બહુ ચીંતામાં પડ્યો, એના દુઃખનો પાર રહ્યો નહીં. આ બકરો વજનમાં વધવો કે ઘટવો જોઇએ નહીં. એવી યુક્તી કયા ભંડારમાંથી શોધી કહાડવી. આવી રીતે તે દીનપર દીન ગળતો ગયો. આ ખબર બીરબલને થતાંજ બીરબલે કહ્યું કે, તમારે જરા પણ નીરાશ થવું નહીં. તમારી ઉપર આવી પડેલા સંકટ દુર કરવામાં હું મારો ધર્મ સમજું છું. તમે મને આશરો આપી રાખ્યો છે તેનો બદલો વાળી આપવાને મને આ એક સારી તક મળી છે.માટે હું તમને જેમ બતાવું તેમ તમે જો કરશો તો તમારૂં કષ્ટ દુર થશે, બીરબલે મનમાં વીચાર કરી કહ્યું કે, શાહે મને સોધી કાઢવા માટેજ આ યુક્તી રચી છે.'

બીરબલનાં વાક્યો સાંભળી મુખીએ કહ્યું કે, 'જો તમે મને આ આફતમાંથી બચાવશો તો તમારો ઉપકાર કદી પણ ભુલીશ નહીં. બીરબલે કહ્યું કે, 'તમારા ગામને નાકે આવેલા બાગમાં જે વાઘ બાંધ્યો છે , તે વાઘની પાસે આવેલા બકરાને થોડી વાર લઇ બાંધવો. વાઘના ભયથી તે રોજ દાણોચારો ખાતાં છતાં આખર સુધી જરા પણ વજનમાં ઓછો વધતો થશેજ નહીં. પણ આ યુક્તી મેં બતાવી છે તે કોઇના જાણમાં આવવું ન જોઇએ.

બીરબલના કહેવા મુજબ કરવાથી આખર તારીખ સુધી બકરો તેટલાજ વજનમાં રહ્યો. અને તે પાદશાહ પાસે પહોંચાડવા પટેલ પણ સાથે ગયો. શાહે દરેક ગામથી આવેલા બકરાઓને જોખી જોયા તો તે વજનમાં વધારે ઓછા થયા, પણ આ પટેલના ગામમાં

રહેલો બકરો સરખા વજનનો થયો તે જાણી શાહને ખાત્રી થઇ કે તેજ ગામમાં બીરબલ ભરાઇ બેઠો છે, આ સંબંધી મુખીને પુછતાં મુખીએ કહ્યું કે, અમારે તાં એક મેમાન ફરતો ફરતો આવી ચડ્યો હતો તેણે આ ઉપાય બતાવ્યો હતો. તે જાણી શાહે મ્હોટા ઠાઠથી સ્વારી મોકલી બીરબલને મંગાવી પ્રથમ કરતાં વધારે માન આપી પ્રધાનપદનો પોશાક બક્ષ્યો.

પછી શાહે તરત તુર્કસ્તાનના શાહનો આવેલો પત્ર બીરબલના હાથમાં આપી શાહે કહ્યું કે, આ પત્રમાં જેમ લખ્યું છે તે મુજબ જવાબ આપવાની તજવીજ કરો, બીરબલ તરત તે કાગળ વાંચીને એક માટીનો ઘડો મંગાવી તેમાં એક તુંબડાના વેલાને વળગેલું નાનું તુંબડું ગોઠવી દીધું, રોજે રોજ તે તુંબડું વધતું ગયું. તેથી ઘડો તુંબડાના વધવાથી ભરાઇ ગયો તે જોઇ તેને ડીટડેથી કાપી જુદું કરયું.

પછી શાહને કહ્યું કે, 'સરકાર અકલનો ઘડો ભરાઇ ગયો છે માટે તુર્કસ્તાનના શાહની પાસે મોકલાવો અને સાથે પત્ર લખી કહેવરાવો કે આપના લેખ મુજબ ઘડો ભરીને અક્કલ મોકલાવી છે, માટે ઘડાને ન ભાંગતાં, અક્કલને કાઢી લઇને અમારો ઘડો જેવો છે તેવોજ તરત મોકલાવી દેશો, જો એમ ન કરતાં અક્કલ અને ઘડાનો નાશ કરશો તો અક્કલની કીંમત બે કરોડ રૂપીયાની છે તે તમારી પાસેથી, લડાઇ કરી વસુલ કરવામાં આવશે.

આ પ્રમાણે લેખ લખી શાહે અકલનો ભરેલો ઘડો તુર્કસ્થાનના શાહની હઝુર એક સ્વાર સાથે મોકલી આપ્યો. કેટલી મુદ્દતે તે સ્વાર તુરકસ્થાનના શાહ હજુર જઇ ઘડો અને લેખ રજુ કીધાં. શાહે આ લેખ વાંચી તમામ દરબારીઓને તેની હકીકત કહી સંભળાવી. તેથી સહુએ પોતપોતાની અકલ મુજબ ઘડાને ખાલી કરવા બહુ મહેનત કરી પણ તે ફોક ગઇ. આ જાણી શાહે કહ્યું કે, આ ઉપરથી સાબીત થાય છે કે, અકબરની દરબારમાં હજી દાનેશમંદ બીરબલ મોજુદ છે માટે લડાઇ કરવામાં લાભ નથી, તેમ અકલને કાઢી લઇ ઘડાને પાછો મોકલવાને પણ બની શકનાર નથી. માટે બે કરોડ રૂપીઆ આપી ગુપચુપ બેસી રહેવામાંજ આબરૂ છે.' આમ કરવા માટે તમામ દરબાર એકમત થવાથી બે કરોડ રૂપીઆ શાહને મોકલાવી આપ્યા. તે અકબરે લઇ બીરબલને શાબાશી આપી, તીજોરી તરતી કીધી.

સાર - બુદ્ધિવાન પુરૂષોથી બળવાન રાજાઓ પણ ડરે છે. કારણ કે બુદ્ધિવાન પુરૂષ ધારે તે કરી શકે ? અને તેથીજ તેઓ બુદ્ધિવાનોને ચહાય છે. માટે દરેકે બુદ્ધીવાનનો સંગ કરવો. તેને માટે કહ્યું છે કે, 'પંડીતકી લાતાં ભલા, ક્યા મુરખકી બાતા, વોહ લાતે સુખ ઉપજે વોહ બાતે ઘર જાત.'

8
રાધુ તો મહા તપશ્વિ છે !

• ૮. રાધુ તો મહા તપશ્વિ છે !

ચતુર ન સમજ્યા હોત તો, ચતુરાનની ચુક,
કહો કોણ કહાડત ? અરે ! સકળ ગણાત ઉલુક.

એક સમય બાદશાહ અને બીરબલ આનંદભુવનમાં બેસી આનંદ વારતાઓ ચલાવી રહ્યા હતા તેવામાં એક ફકીરે આવીને કહ્યું કે, 'જહાંપનાહ ! આ મારી પાસેનો પોપટ કે જેનું નામ રાધુ પાડેલું છે તેને મેં ઘણી મહેનત લઇ સારૂં બોલતાં શિખવ્યો છે અને તે એવી આશાથી ભણાવ્યો છે કે આપને તે નજરાણામાં આપી ઉમેદ બર લાવીશ ! માટે રાધુને લ્યો. અને તેનું પ્રતિપાલન કરો.

' આ પ્રમાણે ફકીરનું બોલવું તથા રાધુના મુખથી મધુર ભાષણ અને કુરાનના પાઠ સાંભળી શાહે ફકીરને ઘટતું ઇનામ આપી વીદાય કીધો. અને રાધુની દેખરેખ માટે નોકર નીમી કીધો કે, જો જરા પણ રાધુની તબીયત નાદુરસ્ત જણાય તો તુરત મને ખબર આપવી. જો, તેની ખબર ન આપી અને બીમાર પડી રાધુ મરી ગયો છે એવી જો ખબર આપી તો તે વખત તારૂં માથું કપાવી નાખીશ.' પછી નોકરો રાધુની તબીયત સાચવવા માટે ઘણીજ કાળજી રાખવા લાગ્યા.

તેમ રાધુ કુરાનના પાઠ ભણતો તે સાંભળી શાહ અત્યંત ખુસી થઇ તેના ઉપર અતીશે પ્યાર રાખવા લાગ્યો. એક વખત રાધુ અચાનક મરણને શરણ થયો તે જોઇ તેનું રક્ષણ કરનાર ચાકરો ઘણાજ ગભરાયા અને 'શાહને શું જવાબ દેશું ? તેમજ મરી ગયો છે એ વ્રતાંત જો જણાવીએ તો શીરચ્છેદનો હુકમ થાય ! માટે બંને તરફની પીડામાં આવી ફસાયા !

હવે તો બીરબલજી આગળ જઇ આ હકીકત જાહેર કરીએ તો કાંઇ પણ રસ્તો હાથ લાગે !' એમ વીચારી બીરબલ પાસે ગયા, અને પોતાનું દુઃખ પ્રકાશ્યું. બીરબલને તેઓની દયા આવવાથી કહ્યું કે. 'તમે નીશ્ચીંત રહો, જરા પણ તમોને ઇજા આવવા દઇશ નહીં.' એમ

કહી બીરબલ શાહહજુરમાં ગયો. શાહને જોઇ બોલ્યો કે, 'આપણો રાઘુ ! આપણો રાઘુ !' એ સાંભળી શાહ એકદમ બોલી ઉઠ્યો કે, 'શું રાઘુ મરી ગયો ?' બીરબલે કહ્યું કે, 'નહીં નહીં ખુદાવીંદ એમ તે કેમ બને ? એ તો મ્હોટો તપસ્વી બન્યો છે ! આકાશ તરફ મ્હોં કરી તપસ્યા કરે છે ! પગ, પાંખ, આંખ અને ચાંચ જરા પણ હલાવ્યા વગર યોગ સાધન કરી ઇંદ્રીઓનું દમન કરી રહ્યો છે !

આ પ્રમાણે બીરબલનું બોલવું સાંભળી શાહે કહ્યું કે, 'શું રાઘુ મરણ પામ્યો ?' બીરબલે કહ્યું કે, 'આપ જોશો ત્યારેજ કહેશો કે આ કેવી તપશ્યા કરી રહ્યો છે ? હું તો એમ જાણું છું કે તેણે તપશ્યા આદરી છે અને આપ મરી ગયાનું કહો છો ! માટે તેને જોવાથી નિસ્સંદેહ થશો.' શાહને તેડી રાઘુના પાંજરા પાસે જઇ તપશ્યા કરતો બતાવ્યો તે જોઈ શાહ બોલ્યો કે, 'બીરબલ ! તારી મશ્કરી કરવાની ટેવ ગઇજ નહી ! રાઘુ તપશ્યા કરે છે એમ ન કહેતાં એમજ કહ્યું હોત કે રાઘુ મરી ગયો !

તો નાહક ધકો ખાવો પડત નહીં ? શું રાઘુ મરી ગયો એવી તને ખબર નહોતી ?' બીરબલે હાથ જોડીને ધીમેથી બોલ્યો કે, ' નેક નામદાર ! શું કરવું ? જો સરકાર અગાડી રાઘુ મરી ગયાના સમાચાર કહેત તો આપના હુકમ પ્રમાણે નોકરોનો શીરચ્છેદ થવાનો વખત આવત. માટે કાંઇ પણ ઉપાય શોધવો કે નહીં ?' તે સાંભળી શાહ રાઘુનો શોક ભુલી જઇ બીરબલની બુદ્ધીનો ખ્યાલ કરી બહુ ખુશી થયો અને તે બદલ ઇનામ આપી પોતે ગેરવ્યાજબી હુકમ કરેલો તે માટેનો પસ્તાવો કરવા લાગ્યો.

સાર - બુદ્ધિવાનો કેવી યુક્તીથી રાજાના બોલ રાજાના મ્હોંમાં પાછા આપે છે, માટે બુદ્ધીવાનનીજ બલીહારી છે, બુદ્ધિ વગરના માણસો જગતને ભાર રૂપ છે. કહ્યું છે કે, 'માણસ ગાતમેં એક બાબત કરામત હે.'

9
અકલ શું કરી શકતી નથી ?

- ૯. અકલ શું કરી શકતી નથી ?

વાત વીનોદ વીવેકીને, સમજી લેવાં સહેલ;
પણ સમશ્યામાં સમજી જવું, છેજ ઘણું મુશ્કેલ.

એક સમે શાહે બીરબલને કહ્યું કે,'હમણાં છે, પછી પણ છે. હમણાં છે ને પછી પણ નથી. હમણાં નથી, પણ પછી છે, ને હમણાં છે પણ પછી નથી. એ ચારે સવાલોના જવાબ આપો.' આનો બહુ વાર વીચાર કીધા પછી બીરબલે દરબારીઓની અજાયબી વચ્ચે બીરબલે કહ્યું કે, 'સરકાર ! એ ચાર સવાલમાંનો એક જવાબ તો આપની પાસે મોજુદ છે. પણ બીજા સવાલોના જવાબ મેળવવા માટે આપણે બંને નગરમાં જઇએ ત્યાં હું બાકીનાનો જવાબ આપીશ !'

આ સાંભળી શાહને અજાયબી લાગી કે, એ ચાર સવાલોનો જવાબ કોઇથી અપાઈ શકવાનો જ નથી ? તેમ છતાં બીરબલની ચાલાકી જોવી કે એ કેવી રીતે સવાલોનું સમાધાન કરી બતાવે છે ?' એમ વીચારી શાહે બીરબલની વાત કબુલ રાખી. પછી બીરબલે શાહને કહ્યું કે, 'આપ યોગીનો વેશ ધારણ કરો અને હું આપનો ચેલો બનું. પછી જુઓ શહેરની ગમત ?' આ પ્રમાણે બંને જણ ગુરૂ ચેલા બની સાથે બે સમજુ બાળકોને લઇ એક શ્રીમંતની પેઢી ઉપર ગયા.

તે શાહુકારને વેષધારી બીરબલે પોતાના ગુરૂ તરફ આંગળી કરી કહ્યું કે, 'શેઠજી ! આ મારા ગુરૂ છે, હું એમનો ચેલોછું. અમે બંનેએ આ ક્ષણભંગુર સંસારનો ત્યાગ કરી પરીબ્રહ્મ પરમાત્માનું ભજન કરવા વેરાગ લીધો છે. પરંતુ એક ઉપાધીને લીધે આપની પાસે આવ્યા છીએ. આપની ઉદારવૃતી, પરોપકાર બુદ્ધિ અને નમૃતા અવરણનીય પ્રકારની છે. એવી દેશ દેશાંતરમાં કીરતી ફેલાવાથી અમો આપની કાંઇક સહાયતા લેવાને આવ્યા છીએ.'

આ પ્રમાણે ચેલાનું બોલવું સાંભળી શાહુકારે હાથ જોડીને કહ્યું કે, 'મહારાજ ! જો આપની ઉપાધી મારાથી દુર થઇ શકે એમ હોય તો સુખેથી આપ ફરમાવો.' ચેલાએ કહ્યું કે, આ હમારા ગુરૂનાં બે બાળક છે. તેમને ભણાવવા આ શહેરમાં રાખવાનો વીચાર છે. પરંતુ ધન વીના એ કામ પાર પડી શકે એમ નથી. એ બાળકોને ભણાવવા માટે ઓછામાં ઓછા બે હજાર રૂપીઆ જોઇએ તો આપથી સહાયતા આપી શકાય તો કહો ! જો આપ એ કામમાં મદદ કરશો તો ઇશ્વર તેનો બદલો આપને આપશે.'

પછી શેઠે તરત માગણી મુજબ રકમ યોગીને ભેટ કરી. તે જોઇ ચેલાએ કહ્યું કે, 'આ ઉપકારના બદલામાં હું એમ કરવા ચાહું છું કે અકેક જોડો તમારા માથામાં મારતો જઉં, અને તમે દર જોડા દીઠ અકેક રૂપીઓ આપતા જાઓ.' ચેલાની વાત સાંભળી દુકાનપર બેસનારા અને રસ્તે ચાલનારાઓ અજાયબીમાં ગરકાવ થયા કે 'વાહ ! ઉપકારનો બદલો ઠીક ! રૂપીઆ આપવા અને જોડાં ખાવાં ? એ ખરેખર નવાઈ !' પરંતુ શાહુકાર કશું પણ ન બોલતાં તથા આ માટે જરા પણ ઉદાસ ન થતાં ગુરૂને વીનવી કહ્યું કે, 'જ્યારે આ રૂપીઆ સારા કામમાં જવાના છે તો પછી તે બદલ દર રૂપીએ જોડો સહન કરવામાં હું મારૂં મહાભાગ્ય સમજું છું ? સારા કામ માટે પ્રાણાંત સહન કરવું પડે તો પણ શું ? આમ કહી તરત શેઠે માથું નીચે નમાવ્યું. ધન્ય છે ! એવા ધનવાન ધર્માત્માઓને !

આ જોઈ ચેલાએ કહ્યું કે, 'શેઠજી ! આપની આવી ગુરૂભક્તી જોઇ હું ઘણોજ ખુશી થઇ કહું છું કે આ રૂપીઆની હવે કશી જરૂર નથી કારણ કે જે અમારે જોઇતું હતું અને જાણવાની ઈચ્છા હતી તે પ્રાપ્ત થવાથી કાર્યસિદ્ધ થયું છે. માટે આનંદમાં રહો અને સદા સુકૃત્ય કરતા રહો !' એમ કહી આગળ ચાલ્યા, ચાલતાં ચેલાએ ગુરૂને કહ્યું કે,'આ આપના પહેલા સવાલનો જવાબ કે 'હમણાં છે અને પછી પણ છે.' મતલબમાં હાલ પણ પ્રભુ કૃપાએ સર્વ સંપતીવંત આ શેઠ છે છતાં પોતાની સ્તુતીપાત્ર વૃતિ ભક્તી અને રહેણી કરણી કાયમ રહેલ છે તો આ લોક ત્યાગી પરલોક જશે તો પણ ત્યાં સત્કૃત્યના બદલામાં ઉત્તમ પ્રકારનાં સ્વર્ગ સુખ મળશે જેથી હમણાં બધી વાતે સુખી છે અને આવતે ભવે પણ સુખી છે. માટે આપના પહેલા સવાલનો જવાબ સ્વીકારી લો.'

આ પ્રમાણે બીરબલનું બોલવું સાંભળી શાહ ઘણો વીસ્મય પામ્યો. આગળ ચાલતાં એક ભીખારી ભીખ માંગતા લોકોને ઉપદેશ કરતો હતો કે, 'એક ગણું પુન્ય સહસ્ત્ર ઘણો લાભ છે. હાથે તેજ સાથે છે. દયાપાત્ર રાખી જો પરોપકાર, દાન કરશો તો પ્રભુ તમને આવતે ભવ અધીક સુખ આપશે.' આ પ્રમાણે ભીખારીની દીનવાણી સાંભળી એક દયાળુ પુરૂષે પેટપુરતું ખાવાનું આપ્યું. તે લઇ ભીખારી ગામની બહાર જઇ ઝટપટ ખાવા મંડી પડ્યો.

ગુરૂ ચેલો પણ તેની પાછળ પાછળ તે ખાવા બેઠેલા ભીખારીને ચેલાએ કહ્યું કે, 'દયાળુ સેવક ! અમે બંને જણ ભુખ્યા છીએ અને ભુખથી અમારો જીવ જાય છે. જો થોડું અમને આસરા જેટલું અંન ખાવા આપો તો ભગવત તમારૂં કલ્યાણ કરશે.' એવી ઘણી આજીજી કરી, પણ ભીખારી તે આજીજી તરફ જરા પણ લક્ષ ન દેતાં પેટપુજા કરવામાં પુરેપુરૂં લક્ષ આપવા લાગ્યો હતો. તે જોઇને ચેલાને રીસ ચઢવાથી તે ભીખારીને બે ચાર જોડા મારીને કહ્યું કે, 'અલ્યા અધમ !

ભીખ માગતી વખતે શો ઉપદેશ દે છે પણ તે ઉપદેશ મુજબ ચાલતો કેમ નથી ? પરભવમાં આપ્યું નથી તેથી આ ભવમાં મળ્યું નથી ! અને આ ભવમાં પણ આપતો નથી તો હવે પછીના અવતારમાં પણ કશું મળનાર નથી માટે તને, હમણાં પણ સુખ નથી અને પછી પણ નથી.' એમ કહીને શાહે કહ્યું કે, આ આપના બીજા સવાલનો જવાબ ! કે હમણાં નથી અને પછી પણ નથી.

બાદ ગુરૂ ચેલો આગળ ચાલ્યા, ચાલતાં રસ્તામાં પણ એક અતિ દુર્બલ અને ઈશ્વર ભક્તીમાં તલ્લીન એવા સાધુને જોઈ ચેલાએ બતાવ્યું કે, 'સરકાર ! આ ભક્તની પાસે હમણાં કશું પણ નથી ! પરંતુ તપ અને બગવત્ ભજનથી આવતા ભવમાં અપાર સુખ સમૃદ્ધીવાન થશે. માટે હમણાં નથી પણ પછી છે એ આપના ત્રીજા સવાલનો જવાબ.' એ સાંભળી શાહ આનંદમાં આવી જઇને કહ્યું કે, 'હવે ચોથા સવાલનો જવાબ મારી પાસે જ છે તે શી રીતે ?

બીરબલે કહ્યું કે, 'સરકાર ! એ સવાલનો જવાબ આપની આગળ છે તે તપાસી વીચારી જુઓ કે આપ પુર્વપુણ્યના પ્રતાપથી હિંદુસ્થાનની રાજ્ય ગાદી ઉપર તખ્ત નસીન થયા છો અને કોઇ પણ પ્રકારની સંપત્તિમાં કચાસ નથી, પરંતુ આવતા ભવમાં એ સુખનું જરા પણ સુખ પ્રાપ્ત થનાર નથી, કેમકે હમણાં પુર ચઢતાંના વખતમાં આપ દયા, દાન, પરોપકાર, સાધુ સંતની ભક્તી, સારાં કૃત્ય કરવામાં પુરી ખંત અને ઈશ્વર ભજન ઉપર રૂચી રાખતા નથી તો આવતા ભવમાં સુખ સંપત્તિ શી રીતે પ્રાપ્ત થશે ? માટે ચોથા સવાલનો જબાબ એજ છે કે હમણાં છે પણ પછી નથી !' પછી આપની જેવી ઇચ્છા હોય તે ખરી.

આ પ્રમાણે બીરબલનું બોલવું સાંભળી શાહે પોતાની રેહેણી કેહેણી સુધારવા મન સાથે સત્ય પ્રતિજ્ઞા કરી અને બીરબલની બુદ્ધિ થતા તેની વિદ્વતા વિષેની ભણી જ તારીફ કરી. તથા બીરબલ પાસેથી શુદ્ધ જ્ઞાન, ભક્તી સંપાદન કરી આ લોક અને પરલોક સંબંધી યશ, લક્ષ્મી, અને ઉચ્ચ વૈભવ પ્રાપ્ત કર્યાં. બીરબલના ઉત્તમ ગુણોથી રીઝી શાહે બીરબલને અકલ બહાદુર, કવીરાય, પ્રેમ મુની, રાજા સાહેબ વગેરેના ઇલકાબ અને મોટી જાગીરો બક્ષીસ આપી આનંદસહ સત્કાર કરી જીવનનો લાવો લીધો.

સાર - દાન, દયા પરઉપકાર, સાધુ સંત, પ્રભુની ભક્તી પોતાની શક્તી પ્રમાણે કરી મનુષ જન્મ સફળ કરવો.

10
પાનમાં પાન કયું મ્હોટું ?

• ૧૦. પાનમાં પાન કયું મ્હોટું ?

પામે આદર માન, ગુણથી સહુકો સર્વદા.

એક સમે શાહે દરબારીઓને પુછ્યું કે, 'સઊથી મોટું પાન કઇ વનસ્પતીનું ગણવું ? શાહનો આ સવાલ સાંભળી કોઇ કેળનું તો કોઇ સાગનું તો કોઇ કમળનું પાન મોટું છે એમ કહેવા લાગ્યા, પરંતુ શાહે તે એકેની વાત કબુલ રાખી નહીં, છેવટે બીરબલને પુછ્યું. બીરબલે કહ્યું કે, 'સૌથી પાન નાગરવેલનું મોટું છે.

કેમકે તે નામદાર સરખાના મુખ સુધી પહોંચે છે. માટેજ તેનેજ બધામાં મોટું સમજવું. બીજા પાન આકારમાં મહોટાં છે પણ અધીકારમાં મહોટાં નથી માટે શું કામના ?' આ જવાબ સાંભળી શાહ ઘણો ખુશી થયો. અને બીરબલના ગુણ ગાઇ, બીરબલને રીઝવ્યો.

સાર - જેમાં ગુણ હોય તેજ મહોટામાં ગણાય.

11
નીમકહરામ કોણ ?

• ૧૧. નીમકહરામ કોણ ?

જમ જમાઇ જાચક સદા, કૃપા કરી રહો દુર.

એક સમે શાહે બીરબલને પૂછ્યું કે, ' દાનેશમંદ બીરબલ ! નીમકહલાલ કોણ અને નીમકહરામ કોણ ? તેનો ભેદ બતાવો.' આ સવાલ સાંભળી બીરબલે કહ્યું કે, 'સરકાર ! નીમકહલાલ એક કુતરૂં કહેવાય છે, જેના ઘરનું અંન ખાય છે તેને પોતાનો પ્રાણ જતાં સુધી પણ ઇજા ન આ્વવા દેતા પોતાના ધણીનું સંરક્ષણ કરે છે.

કદાચ એક વખત તેને ખાવા ન આપીએ તો પણ તે નીમકહરામ થનાર નથી, એથી વીપ્રીત રીતે નીમકહરામ જમાઈ હોય છે, કેમકે તેને ગમે તેટલું ધન આપો તોપણ તેને સંતોષ વળતો નથી, દરરોજ તેનું મન મનાવવા છતાં પણ જરા વચમાં વચકું પડ્યું કે જાણે કોઇ વખત ઓળખાણ કે સંબંધ હતોજ નહીં તેમ તુરત રીસાઇ બેસે છે ? જમાઇ છે તે દશમા ગ્રહ સમાન છે. જેમાં નવ ગ્રહને નીત બળીદાન આપતા હોઇએ તો પ્રતિપત્રિ રાશી ઉપર આવ્યા કે પીડા કરે છે તેવીજ રીતે જમાઇને પણ જાણવો.' એ પ્રમાણેનો જવાબ સાંભળી શાહ ઘણો ખુશી થયો.

12
રામ રાખે તેને કોણ ચાખે ?

• ૧૨. રામ રાખે તેને કોણ ચાખે ?

રાજા જોગી અગ્ની જળ, ઉનકી ઉલટી રીત;
ડરતા રહીઓ ફરસરામ થોડી પાળો પ્રીત.

એક સમે બીરબલ પોતાના ઘરના ઓટલા ઊપર જમીને બેઠો હતો તેવામાં એક બાદશાહનો હજુરી નોકર દોડતો દોડતો જતો હતો તે જોઇને બીરબલે તેને પુછ્યું કે, 'આટલો બધો દોડીને ક્યાં જવા માગે છે?' નોકરે કહ્યું કે, 'સરકારે મને બશેર કળી ચુનો લાવવા કહ્યું છે માટે તે લઇને જલદી જવું જોઇએ.'

તે સાંભળી બીરબલ વીચારમાં પડ્યો કે, અત્યારે શાહને બશેર કળી ચુનાની શી જરૂર પડી હશે ? આમાં કાંઇક પણ ભેદ હોવો જોઇએ ? એમ માની નોકરને ફરી પુછ્યું કે ચુનો શું કરવા જોઇએ છે ? તે સાંભળી નોકરે કહ્યું કે, 'સાહેબ ! તેની ગરીબ નોકરને શું ખબર ? બાદશાહ સાહેબ જ્યારે જમીને ઉઠ્યા અને પાન બીડી આપી તે ખાધા પછી હુકમ કીધો કે જા, બસેર કળી ચુનો જલ્દી લઇ આવ.

તેનું બોલવું સાંભળી બીરબલે નોકરને કહ્યું કે, 'આજે તારા સોએ વરસ પુરાં થઇ ગયાં ! એજ બશેર ચુનો જબરાઇથી તને ખવરાવી દેશે અને તેથી તું મરી જઇશ, જે તે પાન બીડું નામદારને આપ્યું તેમાં ચુનો વધારે પડ્યો હશે તેથી તેમના મુખમાં બળતરા ઊઠી છાલા પડેલા હોવાજ જોઇએ. તે બદલ આ શિક્ષા ઠરાવી છે, માટે તું એ ઉપાય કરકે એક શેર ચુનો અને એક શેર માખણ એકત્ર કરી બાદશાહ પાસે લઇ જા.

અને તે ચુનો તને ખવરાવશે તો કાંઇ થશે નહીં.' બાદ તે નોકરે બીરબલ ના કહેવા પ્રમાણે કરી અને ચુનો લઇ શાહ હજુર ગયો. તરત શાહે તે ચુનો તેને ખવરાવ્યો. શાહને ખાત્રી જ હતી કે થોડી જ વારમાં આ નોકર મરી જશે. પરંતુ બીજે દીવસે તે નોકર તો વખતસર હાજર થયો તે જોઇ બાદશાહને ઘણી અજાયબી લાગી અને વીચાર કરવા લાગ્યો કે, 'મારો વીચાર નીષ્ફળ ગયો, મુઓ નહીં, એતો ઠીક, પણ તેને ઇજા પણ કશી થઇ

જણાતી નથી. પરંતુ તેને ગમે તે પ્રકારે સ્વધામ પોંહોચાડી દેવો તો ખરોજ ?' એમ વીચારી ચુનાવાલાને બોલાવીને કહ્યું કે, 'સવારમાં પ્રથમ જે માણસ તારે ત્યાં આવે તેને ભઠીમાં નાંખી બાળી નાખજે.'

બીજે દીવસે સવારમાં તે નોકરને બાદશાહે હુકમ કીધો કે, 'જા દરબારી ચુનાવાળાને ત્યાંથી પાંચસેર ચુનો લઇ આવ.' હુકમ સાંભળતાંને વાર તે ચુનાવાલાને ત્યાં જવા નીકળ્યો. આયુષ બળને લીધે તેને બીરબલની ભેટ થઇ અને બાદશાહનો ફરમાવેલો હુકમ તેમને કહી સંભળાવ્યો. તે ઉપરથી બીરબલ સમજી ગયો કે, આને બાદશાહે ચુનો ખવરાવ્યો, પરંતુ એને કશી ઇજા થઇ નહીં તેથી એના પ્રાણનો નાશ કરવા હજી ધારે છે. એજ માટે આને ચુનાવાલાને ત્યાં મોકલવા ફરમાવ્યું છે, તે સબબ સમજી બીરબલને તેથી દયા ઉપજી તેથી કહ્યું કે, 'તું પંદર વીસ મીનીટ અહીંયાં ઊભો રહે, પછી ચુનાવાલા પાસે જઇ ચુનો લાવી બાદશાહ પાસે જજે.'

અહીંઆ બાદશાહે નોકરને ચુનાવાળાને ત્યાં મોકલ્યા, પછી થોડી વેળા થયા બાદ એક બીજા નોકરને પ્રથમ મોકલેલા નોકરની શી વલે થઈ છે ? તેની ખબર કહાડવા મોકલ્યો. તે સીધો ચુનાવાલાને ત્યાં જઇ પહોંચ્યો. જે ચાકર જવાનો હતો તે તો બીરબલની પાસે રોકાયો અને પછી ગયેલો ત્યાં પ્રથમ જઇ પહોંચ્યો, તેથી સંકેત પ્રમાણે ચુનારે તેને ઉઠાવી ભઠીમાં નાંખી બાળી નાખ્યો, કારણ કે તે ચુનારાને એવો સંકેત બતાવ્યો હતો કે, 'જે સવારના પહોરમાં પ્રથમ નોકર તારે ત્યાં આવે તેને ભઠીમાં નાંખી બાળી નાખજે.'

અહ્ય ! જેને રામ રાખે તેને કોણ ચાખે ? એ વાકયના પ્રતિતી આપવા દાખલો બસ છે ? હવે જે પ્રથમ ચુનારાને ઘેર જવા નીકળ્યો હતો તે નોકર બીરબલ પાસેથી અડધા કલાક પછી ચુનારાને ઘેર ગયો અને ચુનો લઇ બાદશાહ સમક્ષ જઇ ચુનો આગળ મુક્યો. તે જોઇ શાહને અત્યંત અજાયબી લાગી કે, 'અરે ! આ શી રીતે જીવતો પાછો આવ્યો !' આવો ચમત્કાર જોઇને ચાકરને પુછ્યું કે, 'તું જે વખતે ચુનો લેવા ગયો તે વખતે તને રસ્તામાં કોણે રોક્યો હતો ?' ચાકરે કહ્યું કે, 'સરકાર ! બીરબલજી પોતાના ઘરના ઓટલાપર બેઠા હતા તેમણે મને પોતાની પાસે બોલાવીને પુછ્યું કે સરકાર હમણાં ક્યાં બીરાજે છે ? તેના જવાબમાં મેં કહ્યું કે ચાહ પીવા બીરાજ્યા છે ? એમ કહી ચુનો લેવા ગયો અને આપનો હુકમ બજાવી આવ્યો.'

ચાકરની આ હકીકત સાંભળી શાહને ખાત્રી થઇ કે, 'આ ચાકરને બીરબલની સ્હીયતા છે તેને સ્હા યતા ન હોતતો ક્યારનો જમપુરીમાં પહોંચી ગયો હોત ? ખેર ! એના નસીબ ! માટે હું જેટલી માથાકુટ કરીશ તેટલી ફોકટ જશે ? કેમકે જેની વારે બીરબલ છે તેને કોઇ કાંઇ કરી શકનાર નથી.' આવો આવો વીચાર કરી શાહે ચાકરને મોતમાંથી બચાવી જીવનદાન આપ્યું. અને બીરબલની અકલના વખાણ કરવા લાગો.

સાર - ઇસારા ઊપરથી વાતનું ખરૂં સ્વરૂપ જાણી, મહોટાઓના સપટામાં પોતાને અથવા બીજાને યુક્તીથી બચાવવાને બુદ્ધીની કેટલી બધી જરૂર છે. તેનો ખ્યાલ આ વારતા પરથી કરી લેવો. કોઇ પણ માણસ કોઇ વખતે ભુલથી સાણસામાં સપડાઇ ગયો હોય તો તેને તેમાંથી બચાવી લેવો એજ મહોટા માણેસોનો ધર્મ છે. નાત જાતનો કાંઇ પણ

તફાવત રાખવા વગર સઘળાની ઉપર દયા ભાવ રાખનાર માણસજ, જગતના લોકોની પ્રીતી સંપાદન કરી શકે છે.

13
નદી શા માટે રડે છે ?

• ૧૩. નદી શા માટે રડે છે ?

રાજ હઠ, બાળ હઠ, યોગી હઠ, શડકણી નારી હઠપુરણ કરવી ન સહેલી.

ચોમાસામાં જમના નદીના કીનારા પર આવેલા રાજ મહેલમાં એક સમે અકબર શાહ સુતો હતો. તેવામાં એકાએક નદીમાં સપાટાબંધ પાણીનું પુર આવ્યું. તેનો ખળખળાટ સાંભળી શાહ વીચાર કરવા લાગ્યો કે હમણા અરધી રાતની વખતે આ નદી રડે છે તેનું શું કારણ હશે ? હજી સુધી મારા રાજમાં કોઇ પણ દુખી નથી છતાં શા દુખથી નદી આટલો બધો વીલાપ કરતી હશે ?

એજ વીચારની લ્હેરમાં ચઢી જઇને ચોકીદારોને બોલાવીને પુછ્યું કે, આ સમે નદી શા માટે રૂદન કરી રહી છે ? આ પ્રમાણે શાહનું બોલવું સાંભળી ચોકીદારોએ તેનો જવાબ ન આપવાથી શાહે તરત કેટલાક દરબારીઓને તેજ વખતે બોલાવીને તેજ સવાલ તેઓને પુછવાથી, તેઓ તેનો જવાબ ન આપવાથી શાહે તરત બીરબલને બોલાવવા માટે સીપાઇને મોકલ્યો. અરધી રાતે સીપાઇને આવેલો જોઇ, બીરબલ મન સાથે કહેવા લાગ્યો કે, 'હમણાં શું કામ હશે ? શા માટે બોલાવ્યો હશે ? ગમે તેમ હો. પણ જવું તો જોઇએજ ?' આવો વીચાર કરી તરત બીરબલ સીપાઇ સાથે નીકળી શાહ હજુર આવી સલામ કરી શાહ આગળ આવી બેઠો.

તે જોઈ શાહે તરત બીરબલને પુછ્યું કે, 'નદી શા માટે રડે છે ?' શાહનો આ સવાલ સાંભળી બીરબલે મનમાં વીચાર કીધો કે, વરસાદના જોરથી એકદમ નદીમાં પુર આવ્યું છે, તેના ખળભળાટથી શાહ ઝબકી ઉઠ્યો છે, તેની શંકાનું સમાધાન કરવું જોઇએ. આમ વીચારીને બીરબલે કહ્યું કે, 'હજુર ! નદી રૂવે છે કારણ એ છે કે, નદીનું માવીતર પર્વતમાં છે, અને સાસરૂં સમુદ્રમાં છે. માટે માવીતરથી નીકળી પોતાના પતિ રૂપ સમુદ્રને મળવા જાય છે. માટે સંસારના વ્યવહાર પ્રમાણે સાસરે જતા, થતાં માબાપના વીયોગને લીધે રૂવે છે. એ સાંભળી શાહ ઘણો ખુશી થયો, અને ખરા કારણનો ખુલાસો જાણવામાં આવવાથી

બીરબલની બુદ્ધિ માટે ઘણીજ તારીફ કરવા લાગ્યો.

સાર - રાજા અને વિદ્વાનો ગમે તેવા બુદ્ધિવંત હોય પણ તેમના અંતરમાં જે શંકા ઉત્પન્ન થાય છે, તેનું સમાધાન અનુભવી, વીદ્વાન અને જ્ઞાનીજ કરી શકે છે.

14
બાદશાહ અને ચુનો

- ૧૪. બાદશાહ અને ચુનો

એક દિવસ બીરબલ પોતાના ઘરની બહાર બેસીને પાન ચાવી રહ્યો હતો. ત્યારે તેણે જોયુ કે બાદશાહનો એક નોકર ઝડપથી દોડતો ક્યાંક જઈ રહ્યો છે. બીરબલે કહ્યું, અરે ભાઈ! ક્યાં જાય છે? તુ આટલો બધો ઝડપથી કેમ ભાગી રહ્યો છે?

નોકરે જવાબ આપ્યો- બાદશાહે મને બે ડબ્બા ચુનો લાવવા કહ્યું છે.

આ સાંભળીને બીરબલને થોડીક શંકા ગઈ. તેણે પુછ્યું- બાદશાહે જ્યારે તારી જોડે ચુનો મંગાવ્યો ત્યારે તેઓ શું કરી રહ્યાં હતાં?

દિવસે બાદશાહે જ્યારે ભોજન લીધું પછી મે તેમને પાન આપ્યું. તેમણે પાન મોઢામાં મુક્યુ જ હતુ અને મને આદેશ આપ્યો કે ચુનો લઈ આવ.

બીરબલે થોડીક વાર વિચાર્યું અને કહ્યું, તુ એકદમ મુર્ખ છે. તે પાનમાં ચુનો વધારે લગાવી દિધો હશે, જેનાથી બાદશાહનું મોઢુ બગડી ગયુ હશે. હવે તને સજા આપવા માટેની આ રીત તેમણે અપનાવી છે. તુ હાલ જે ચુનો લેવા જઈ રહ્યો છે ને, તે ચુનો તેઓ તને જ ખાવા કહેશે. જ્યારે આટલો બધો ચુનો તારા પેટમાં જશે પછી તુ જીવતો કેવી રીતે રહીશ.

આ સાંભળીને નોકર ભયથી કાંપવા લાગ્યો અને કહ્યું- હે ભગવાન હું શું કરૂ! હવે તો તમે જ મને બચાવી શકો છો.

બીરબલે કહ્યું- જો સાંભળ, હું જેવું કહું તેવું જ કર. માખણની સાથે ચુનાની અસર એકદમ નકામી થઈ જાય છે. બરાબર માત્રામાં ચુનાની સાથે માખણ ભેળવી લેજે. તેને જ્યારે તુ ખાઈશ ત્યારે તારી પર ચુનાની જરા પણ અસર નહિ થાય. આ જ માખણ ભેળવેલ ચુનો તુ રાજા પાસે લઈને જજે. સમજી ગયો ને!

પછી તે નોકરે એવું જ કર્યું જેવું બીરબલે કહ્યું હતું. બીરબલનો વિચાર પણ સાચો જ નીકળ્યો. બાદશાહે તેને ચુનો ખાવા માટે કહ્યું. થોડી વારમાં તે નોકર બધો જ ચુનો ખાઈ

ગયો અને પોતાના ઘરે ચાલ્યો ગયો.

બીજા દિવસે જ્યારે તે નોકર પોતાના રોજીંદા સમય પર કામે આવ્યો ત્યારે અકબરને લાગ્યું કે દુનિયાની સાત અજાયબીઓમાંથી એક તેની સામે ઉભી છે. તેઓ નોકરને જોઈને હેરાન રહી ગયાં.

બાદશાહે પુછ્યું- સાચુ કહેજે, તુ રસ્તામાં કોઈને મળ્યો હતો?

જી હુજુર!- નોકરે કહ્યું. જ્યારે હું જઈ રહ્યો હતો ત્યારે બીરબલે મને બોલાવ્યો હતો અને હું તેમના ઘરે પણ ગયો હતો.

બાદશાહ સમજી ગયાં કે આખરે વાત શું છે અને હસવા લાગ્યા.

15
બીરબલના બાળકો

• ૧૫. બીરબલના બાળકો

એક દિવસ અકબર રાજાને વિચાર આવ્યો કે, બિરબલ તો ચતુર અને હાજર જવાબી છે, પરંતુ બિરબલનાં બાળકો કેટલા હોંશિયાર છે? આ પ્રશ્નનું નિરાકરણ કરવાનું અકબરે વિચાર્યું.

એક દિવસ જ્યારે બિરબલ કોઈ કામ માટે બહારગામ ગયો હતો ત્યારે અકબરે બિરબલનાં ઘરે જઇને તપાસ કરવાનું નક્કી કર્યું. અકબર બિરબલનાં ઘરે ગયો ત્યારે બિરબલનાં ઘરનાં વરંડામાં રમી રહેલ બિરબલનો મોટો પુત્ર અકબરને જોઇને બોલ્યો "આ આવ્યો"

ત્યારે નાનો પુત્ર બોલ્યો "પરંતુ તેને નથી" અને અંતે બિરબલની દિકરી બોલી "એ તો કોઇ ને હોય અને કોઇને ન હોય" અકબર રાજા બિરબલનાં બાળકોની આ પ્રકારની વાતો સમજી શક્યાં નહીં. અને તે ત્યાંથી જ રાજદરબારમાં પરત ફર્યા. અકબર આખી રાત બિરબલનાં બાળકોની વાતચીત પર વિચાર કરતો રહ્યો. તેને ઉંઘ ન આવી. બીજા દિવસે દરબારમાં દરબારીઓને આ ત્રણેય વાક્યોનો અર્થ પુછ્યો.

દરબારમાંથી કોઇ પણ બિરબલનાં બાળકોની વાતચીતનો યોગ્ય અર્થ ન જણાવી શક્યું. અંતે અકબરે બિરબલને પુછ્યું ત્યારે બિરબલ બધુ સમજી ગયો.

બિરબલે અકબરને પૂછ્યું "તમે કોઇનાં ઘરમાં પૂછ્યા વગર પ્રવેશ કર્યો હતો? "

અકબરે કહ્યું "હા બિરબલ, પરંતુ તું મને આ ત્રણ વિચિત્ર વાક્યોનાં અર્થ સમજાવ." ત્યારે બિરબલ બોલ્યો, મહારાજ પ્રથમ વાક્ય "આ આવ્યો" નો અર્થ થાય કે..."આ ગધેડો આવ્યો" કારણ કે મહારાજ તમે તે ઘરનાં સભ્યોને પૂછ્યા વગર તેનાં ઘરમાં પ્રવેશ કર્યો હતો. સાચુને? અકબરે કહ્યું હા બરાબર છે.

બિરબલે બીજું વાક્ય "પરંતુ તેને નથી" નો અર્થ કહ્યો કે..."પરંતુ તેને પુછડું નથી"

અને ત્રીજું વાક્ય "એ તો કોઇ ને હોય અને કોઇને ન હોય"નો અર્થ "પૂછડું કોઇને હોય કોઇને ન હોય"

બિરબલનાં જવાબ સાંભળીને અકબર રાજાને ખાત્રી થઇ ગઇ કે બિરબલનાં બાળકો પણ બિરબલ જેવા જ ચતુર અને હાજર જવાબી છે. ત્યાર બાદ અકબરે કદી પણ બિરબલનાં બાળકોની બુદ્ધિની ખાત્રી કરવાનો પ્રયત્ન ન કર્યો.

16
અકબરના પાંચ સવાલ

- ૧૬. અકબરના પાંચ સવાલ

એક દિવસ બાદશાહ અકબરે દરબારમાં હાજર પોતાના રત્નોને પાંચ સવાલ પુછ્યાં-

1. ફૂલ કોનુ સારૂ
2. દૂધ કોનું સારૂ
3. મિઠાસ કોની સારી
4. પત્તુ કોનું સારૂ
5. રાજા કોનો સારો

બાદશાહનના આ સવાલના જવાબમાં બધા લોકો પોતાના અલગ અલગ બે મત કહેવા લાગ્યા. કોઈએ ગુલાબનું ફૂલ સારૂ કહ્યું તો કોઈએ કમળનું, કોઈએ બકરીનું દૂધ સારૂ કહ્યું તો કોઈએ ગાયનું, કોઈએ શેરડીની મિઠાશ સારી કહી તો કોઈએ મધની, કોઈએ કેળાના પત્તાને સારૂ કહ્યું તો કોઈએ લીમડાના, કોઈએ રાજા વિક્રમાદિત્યને સારો કહ્યો તો કોઈએ રાજા અકબરને.

બાદશાહ અકબર કોઈના પણ જવાબથી સંતુષ્ટ ન થયાં ત્યારે તેમણે બિરબલને જવાબ આપવા કહ્યું-

– ફૂલ કપાસનું સારૂ હોય છે કેમકે તેનાથી જ આખી દુનિયામાં પડદો થાય છે.

– દૂધ માતાનુ સારૂ હોય છે કેમકે તેને પીને જ બાળપણમાં પોષણ થાય છે.

– મિઠાશ વાણીની સૌથી સારી હોય છે કેમકે તે બોલનારની સાથે સાંભળનારના સંબંધ સારા બનાવે છે.

– પત્તુ પાનનું સારૂ હોય છે કેમકે તેને ભેટ કરવાથી શત્રુ પણ મિત્ર બની જાય છે.

– રાજાઓમાં દેવરાજ ઈન્દ્ર સૌથી સારા છે કેમકે તેની આજ્ઞાની જ મેઘ વરસે છે અને માત્ર મનુષ્યનું જ નહિ પરંતુ દુનિયાના દરેક જીવનું પોષણ થાય છે.

બીરબલનો જવાબ સાંભળીને અકબર ખુબ જ ખુશ થયાં અને તેમણે બીરબલની બુદ્ધિની પ્રશંસા કરી.

17
ઈશ્વરના રૂપ

* ૧૭. ઈશ્વરના રૂપ

બાદશાહે એક વખત બીરબલને સવાલ કર્યો કે જો ઈશ્વર એક જ છે, તેના સિવાય કોઈ બીજાનું અસ્તિત્વ નથી તો પછી આટલા બધા દેવી-દેવતાઓનો શું અર્થ છે?

બીરબલે દિવાને ખાસના પહેરા પર ઉભેલ એક સંતરીને બોલાવીને તેની પાઘડી તરફ ઈશારો કરતાં બાદશાહને પુછ્યું કે તે શું છે? અકબરે હસતાં જવાબ આપ્યો, પાઘડી!

બીરબલે સંતરીને પાઘડી ખોલવા માટે કહ્યું... તેણે અચકાતા પોતાની પાઘડી ખોલી દિધી. બીરબલે તેણે કમરમાં બાંધવા માટે કહ્યું, સંતરીએ એવું કર્યું. પછી બીરબલે ફરીથી બાદશાહને પુછ્યું કે તે શું છે? અકબરે કહ્યું, કમરબંધ!

પછી બીરબલે પોતાની પાઘડીને પોતાના ખભા પર મુકવા કહ્યું અને અકબરને પુછ્યું કે આ શું છે? અકબરે કહ્યું, ખેસ. બીરબલે તે વસ્ત્રને પોતાના હાથમાં લઈને પુછ્યું- પણ હકીકતમાં આ છે શું? અકબરે પણ પુછ્યું- શું છે? બીરબલે કહ્યું, કપડુ. ત્યારે બીરબલે કહ્યું- આ રીતે ભગવાન પણ એક જ છે, પરંતુ પોતાના ભક્તોને પોતાની ભાવનાને અનુસાર અલગ અલગ રૂપે દેખાઈ દે છે.

આ ઉદાહરણને લીધે અકબરની નજરમાં બીરબલનું માન વધારે વધી ગયું.

18
શુકન અપશુકન

• ૧૮. શુકન અપશુકન

એક વખત બાદશાહ અકબર સવાર-સવારના ઊઠીને પોતાના ઝરૂખામાં ઊભા હતાં. અકબરે રસ્તાપ પર નજર નાખીં તો ત્યાં રાજાનો એક કૂબડો સેવક પસાર થતો હતો. સેવકે રાજાને જોઇને તેમને સલામ કરી. ત્યાંર બાદ અકબર નાસ્તોા કરીને બગીચામાં ફરવા નિકળ્યાં.

બગીચામાં રંગ-બેરંગી ફૂલો ખીલ્યાંઊ હતાં. તેમાં એક ગુલાબના છોડ પર સુંદર મજાનું ગુલાબનું ફૂલ ખીલ્યુંો હતું. અકબરને ફૂલોમાં ગુલાબ સૌથી વિધુ પ્રિય હતું. ગુલાબનું ફૂલ જોઇને અકબરનું મન લલચાયું. તેણે ફૂલ તોડવા હાથ લંબાવ્યો, પરંતુ અકબરને ગુલાબનો કાંટો આંગળીમાં ચૂભ્યો. તેની આંગળીમાંથી ખૂબ લોહી નીકળ્યું.

આ જોઇને તેના સેનાપતિએ અકબરને પુછ્યું બાદશાહ સલામત આજે સવારે તમે જરૂરથી કોઇ અપશુકનિયાળનું મુખ જોયું હશે. તેના કારણે તમારી આંગળીમાં કાંટો ચૂભ્યો. અકબરે વિચાર કરીને કહ્યું, હા સાચી વાત છે. આજે મેં સવારના મેં કૂબડા સેવકનું મુખ જોયું હતું. તે અપશુકનિયાળ છે. તેને જીવવાનો અધિકાર નથી. માટે તેને ફાંસીએ ચડાવી દો.

અકબરના આ ફરમાનથી બીચારો તે સેવક કંપી ગયો. તે સીધો બીરબલ પાસે ગયો. સેવકે બિરબલને સઘળી વાત કરી. સેવકની વાત સાંભળી બિરબલે હંમેશની જેમ પોતાની બુદ્ધિ દ્વારા સેવકને એક યુક્તિ જણાવી.

સેવક ખુશ થતો થતો સીધો બાદશાહ અકબરના દરબારમાં ગયો. સેવકે બાદશાહને ફરીયાદ કરી, જહાંપના મને ન્યાય આપો. તમે જે રીતે સવારનાં મારૂં મુખ જોયું હતું તેમજ મેં પણ એક વ્યક્તિનું મુખ જોયું હતું. તેના અપશુકનથી મને પણ આજે આપે ફાંસીની સજા કરી છે. માટે મેં જેમનું મુખ જોયું હતું તેને પણ સજા કરો.

આ સાંભળી બાદશાહ બોલ્યા જરૂર તે વ્યક્તિ તો તારાથી પણ વધુ અપશુકનિયાળ છે. કારણ કે તારૂં મુખ જોવાથી મને ફક્ત કાંટો વાગ્યો જ્યારે તેનાં કારણે તને ફાંસીની સજા થઇ છે. માટે તેને પણ જરૂર સજા કરવામાં આવશે. અકબરે સેવકને કહ્યું તું તેનું નામ કહે.

સેવકે કહ્યું મહારાજ આજે સવારના સૌપ્રથમ મેં તમારૂં મુખ જોયું હતું. આ સાંભળી બાદશાહ વિચારમાં પડી ગયાં. થોડી વાર વિચાર કર્યા બાદ પોતાની ભુલ સમજાણી.

અકબરે વિચાર્યું આ યુક્તિ પાછળ જરૂરથી બિરબલનો હાથ હશે. તેમણે સેવકને ઇનામ આપી ખરી હકીકત જાણ્યા બાદ બિરબલની બુદ્ધિના વખાણ કરી તેને પણ ઇનામ આપ્યું.

બાદમાં બાદશાહે રાજ્યમાં ફરમાન કર્યું કે કોઇ પણ વ્યકિત શુકનિયાળ કે અપશુકનિયાળ હોતા નથી.

19
બીરબલની કસોટી

• ૧૯. બીરબલની કસોટી

અકબર બાદશાહના દરબારની કાર્યવાહી ચાલી રહી હતી, ત્યારે એક દરબારી હાથમાં કાચનો એક વાટકો લઈને ત્યાં આવ્યો. બાદશાહે પુછ્યું, શું છે આની અંદર? દરબારીએ કહ્યું, આમાં રેતી અને ખાંડ છે.

તે શેને માટે, બાદશાહે પુછ્યું.

માફી માંગુ છુ હુજુર, દરબારી બોલ્યો. પરંતુ અમે બિરબલની બુદ્ધિની કસોટી કરવા માંગીએ છીએ, અમે ઈચ્છીએ છીએ કે બીરબર આ રેતમાંથી ખાંડને અલગ કરે. બાદશાહે કહ્યું, જોઈ લે બિરબલ રોજ તારી સામે એક નવી મુશ્કલી મુકવામાં આવે છે, હવે તારે આ રેતને પાણીમાં ગોળ્યા વિના તેમાંથી ખાંડને અલગ કરવાની છે.

કોઈ વાંધો નહિ જહાઁપનાહ, બીરબલે કહ્યું. આ તો મારા ડાબા હાથનો ખેલ છે, કહીને બીરબલે કાચનો વાટકો હાથમાં લીધો અને દરબારમાંથી બહાર જતો રહ્યો.બીરબલ બાગમાં જઈને રોકાઈ ગયો અને કાચના વાટકામાંનુ મિશ્રણ એક આંબાની આજુબાજુ વેરી દિધું.

આ તમે શું કરી રહ્યાં છે? એક દરબારીએ પુછ્યું. આ તને કાલે ખબર પડશે, બીરબલે કહ્યું.

બીજા દિવસે બધા તે આંબા નીચે પહોચ્યાં, જ્યાં હવે માત્ર રેત જ પડી હતી. ખાંડના બધા દાણાને કીડીઓએ લઈને પોતાના દરમાં મુકી દિધા હતાં, અમુક કીડીઓ તો હજી પણ ખાંડના દાણાને ઘસેડીને લઈ જઈ રહી હતી. પરંતુ બધી ખાંડ ગઈ ક્યાં? એક દરબારીએ પુછ્યું.

રેતથી અલગ થઈ ગઈ, બીરબલે કહ્યું.

બધા જોરથી હસી પડ્યાં.

બાદશાહે દરબારીને કહ્યું કે, જો હવે તારે ખાંડ જોઈતી હોય તો કીડીઓના દરમાં ઘુસવું પડશે.

બધા જોરથી હસ્યાં અને બીરબલની ચતુરાઈના વખાણ કર્યા.

20
માટલામાં બુદ્ધિ

• ૨૦. માટલામાં બુદ્ધિ

એક વખત અકબર રાજા પોતાના હાસ્યજરત્ન બિરબલ પર અત્યંત ગુસ્સે થયાં અને આવેશમાં આવી જઈને તેમણે બિરબલને રાજ્યને છોડીને ચાલ્યા જવાનું કહ્યું. રાજાની આજ્ઞા સ્વીકારીને બિરબલ રાજ્ય છોડીને ચાલ્યો ગયો અને કોઈ એક ગામમાં અજ્ઞાત વેશે એક ખેડૂતની વાડીમાં કામ કરવા માંડ્યો.

આ બાજુ અકબરને પણ પોતાના રાજ્યમાં બિરબલની ખોટ વર્તાવા લાગી.

અકબરે પોતાના સૈનિકોને બિરબલને શોધવા મોકલ્યાં પરંતુ બિરબલનો ક્યાંય પતો ન લાગ્યો. બિરબલ ક્યાં છે તે કોઇ પણ જાણતું ન હતું. આખરે અકબરે એક યુક્તિ શોધી કાઢી. તેણે રાજ્યમાં ગામે-ગામ ઢોલ પિટાવ્યો. દરેક ગામના વડાને સંદેશો મોકલ્યો કે, તમારા ગામમાંથી એક મહિનાની અંદર માટલું ભરીને બુદ્ધિ બાદશાહને મોકલી આપો. બુદ્ધિ મોકલી ન શકાય તો હિરા-ઝવેરાત ભરીને મોકલવા.

આ સંદેશો બિરબલ જે ગામમાં છુપા વેશે રહેતો હતો ત્યાં પણ પહોંચ્યો. તે ગામના લોકો ભેગા થયાં. બધા ચર્ચા કરવા લાગ્યા કે હવે શું કરવું?

બુદ્ધિ કોઈ વસ્તુ નથી કે, તેને માટલામાં ભરીને મોકલી શકાય. વળી બુદ્ધિના સ્થાને આટલા બધા હિરા-ઝવેરાત લાવવા કયાથી ? આ બધી વાત સાંભળી બિરબલે કહ્યું, માટલું મને આપી દો, હું એક મહિનાની અદંર તેમાં બુદ્ધિને ભરી આપીશ. બધાએ બિરબલની વાત સ્વીંકારી લીધી.

બિરબલ માટલું લઇ વાડીમાં ગયો. વાડીમાં તરબુચ વાવેલા હતાં. બિરબલે એક નાના તરબુચને વેલામાંથી તોડ્યા વગર માટલામાં રાખી દીધું. બાદમાં બિરબલ રોજ માટલાવાળા તરબુચના વેલાનું ખાસ ધ્યાન રાખવા માંડ્યો. તે વેલાને નિયમીત પાણી અને ખાતર નાખવા લાગ્યો. થોડા દિવસમાં તે તરબુચ માટલાની અંદર વિકાસ પામી એટલું બધુ મોટું થઇ ગયું કે તેને માટલામાંથી બહાર કાઢવું અશક્ય થઇ ગયું. માટલાની

અંદર તે તરબુચ લગભગ માટલા જેવડું થઇ ગયું હતું.

બિરબલે વેલામાંથી તરબુચને કાપીને માટલા સાથે અલગ કરી લીધું. બાદમાં તે માટલાને તરબુચ સાથે બાદશાહને મોકલ્યું સાથે સંદેશો પણ મોકલ્યો કે, માટલામાંથી બુદ્ધિને માટલું ફોડ્યા વગર અને બુદ્ધિને કાપ્યા વગર કાઢીને માટલાને પાછું મોકલવું.

અકબર તરબુચને માટલામાં જોઇને સમજી ગયા કે આ કામ ફક્ત બિરબલ કરી શકે. અકબર ખુદ તે ગામમાં આવ્યા અને બિરબલને સમજાવીને પોતાના દરબારમાં પાછો લઇ ગયાં.

21
સબસે બડા કોણ ?

• ૨૧. સબસે બડા કોણ ?

ઔષધ અંજન યોગ વીધી, યંત્ર મંત્રને તંત્ર,
દેવાદીક વિશ્વાસથી, શીઘ્ર સીદ્ધી હોય સંત.

એક વખતે શાહે બીરબલને પુછ્યું કે, 'બીરબલ ! સબસે બડા કોણ ? દેવ કે યેકીન? બીરબલે કહ્યું કે,

અહીંઆં નવરંગપીરની ખુબ વીખ્યાતી પ્રસરી જવાથી, બીરબલે તે નવરંગ પીરની દરગા તરફ શાહને ફરવા લઇ ગયો. માનતાએ આવતા લોકોના ટોળાને જોઇને શાહે બીરબલને પુછ્યું કે, 'બીરબલ ! આ કયા ઓલીયા પીરની દરગા છે.' બીરબલે કહ્યું કે, 'શું આપ હજી સુધી જાણતા નથી ? આ નવરંગ પીરના ચમત્કારોથી હજારો લોકો માનતાઓ કરવા આવે છે.'

આ સાંભળી શાહ અજાયબીમાં ગરકાવ થઇ, નવરંગ પીરની દરગાહમાં ગયો, તેનો ઠાઠમાઠ તથા માનતાઓના આવેલી વસ્તુઓના મ્હોટા ઢગલાઓ જોઇ યેકીન આની શાહે કહ્યું કે, 'ખરેખર આ કોઇ ચમત્કારીક ઓલીઓ છે માટે મારે પણ મારી માનીતા રાણીને કોઇ કાળી બલા વળગી છે તે જો બલા ટળી જશે તો સોનાનું છત્ર ચઢાવી ફકીરોને જમાડીશ. આ પ્રમાણે મનમાં માનતા રાખી, નવરંગ પીરના મહીમા સંબંધી વાતો કરતાં પોતાના રંગમહેલમાં આવ્યા. વિશ્વાસથીજ વિશ્વનાથ મનની સઘળી આશાઓ પુરણ કરે છે. અને એજ શ્રદ્ધાથી શાહની ઇચ્છા પાર પડવાથી શાહે નવરંગ પીરની માનતા કરી.

નવરંગ પીરની માનતા કર્યા પછી શાહે તરત બીરબલને કહ્યું કે, 'બીરબલ ! યેકીન મોટું કે દેવ ? જો અમારા નવરંગ પીરમાં ખરે ખરૂં સત હતું તોજ મારી ધારેલી ધારણા પાર પડી. પણ જો તેમાં સચાઇ ન હોત તો યેકીન રાખવાથી શું વળત ? માટે કબુલ કરો કે યેકીન કરતાં દેવ મોટા છે !' તે સાંભળી બીરબલે શાહની સમક્ષ તે નવરંગ પીરની કબર ખોદાવી મરેલા ગધેડાનું હાડપીંજર બતાવીને બીરબલે શાહને કહ્યું કે, 'કહો કે યેકીન મોટું કે દેવ

? જો દેવ મહોટા કહોતો આ મુવેલ ગધેડામાં દેવાતન ક્યાં રહ્યું ? પરંતુ આપે યેકીન પર વીશ્વાસ રાખવાથીજ આપની ઉમેદ પાર પડી છે. માટે દેવમાં દેવાતન કે મહતા જે ગણો તે માત્ર યેકીનને આધીનજ રહેલી છે, તેથીજ દેવ મહોટા નહીં, પણ યેકીન મહોટું છે.'

બીરબલનો આ તાત્કાલીક પુરાવો જોવાથી શાહના મનની ખાત્રી થઇ કે સબસે બડા યેકીન હે. એ સીધ્ધાંતને સત્ય ઠેરાવી શાહે બીરબલને ધન્યવાદ દીધો.

22
અકબરનો પ્રપંચ

• ૨૨. અકબરનો પ્રપંચ

એક સમયે શાહે બીરબલ પ્રત્યે કહ્યું કે મારા શાહજાદાને વજીર પુત્રની સાથે સ્નેહ જોડ્યો છે અને પલવાર તે બન્ને અલગ પડવા પામતા નથી, પરંતુ મને એ ફીકર વધારે થાય છે કે વજીર પુત્રનાં લક્ષણો સારાં નથી માટે તેના સહવાસમાં શાહજાદો વિશેષ રહેતો સોબતની અસર લાગ્યા વિના રહેજ નહીં અને તે નઠારી અસરથી છેવટ પ્રજાને પીડાકારક નીવડે માટે શાહજાદાને ખોટું ન લાગે તેમ વજીર પુત્રને પણ ઓછું ન લાગે તેવી કોઇ યુક્તિવડે એ બન્નેના મન જુદા પડી જાય તો વધારે સારૂં, નહીં તો પાછળથી પસ્તાવાનો પાર રહેશે નહીં !' આ પ્રમાણે શાહનાં દીર્ઘદ્રષ્ટિ યોજક અને પ્રજાહિત ચિંતક વાક્યો સાંભળી બીરબલે કહ્યું કે, 'ગરીબ પરવર આપ જરા પણ ચીંતા કરશો નહીં. હું માત્ર આજ સંધ્યા પડ્યા પહેલાંજ એ બન્નેનાં મન વિખુટાં પાડી દેઈશ અને શાહજાદાના મનમાં મારી યુક્તિથી માઠું પણ લાગશે નહીં.'

આ પ્રમાણે બીરબલનું વાક્ય સાંભળી શાહને આશ્ચર્ય ઉત્પન્ન થયું અને બીરબલ પ્રત્યે જણાવ્યું કે, 'મારા સાચા સ્નેહી ! ઘણા દીવસનો લાગેલો સ્નેહ કીંચીત વારમાં શી રીતે તોડી શકીશ ? પ્રેમગ્રંથી અતી તીવડ હોય છે ? કારણ કે જશો બંધન પ્રેમકો, તૈસો બંધન ઔર, કાઠસી બેદે કામળી છેદન નીકરે ભોંર' તેમજ 'દેહકું છેહ દએ ઇતનેપર નેહકું છેહ પ્રબીન ન દેહૈ.' માટે શું એ અમુલ વાક્યોને અસત્ય પાડવાં ધારે છે ? તે સાંભળી બીરબલે પ્રત્યુતરમાં જણાવ્યું કે નામદાર આપનુ કહેવું સત્ય છે અને પ્રેમ એ અલૌકીક ચીજ છે; કેમકે 'ધન દે કે જીય રખીએ, જીય દે રખીએ લાજ ધન દે જીય દે લાજ હે, એક પ્રીતકે કાજ ! તો પણ કહ્યું છે કે જલ પય સારવ બિકાય, દેખે હું, પ્રીતકી રીત ભલી, વીલગ હોઇ રસ જાય કપટ ખટાઇ પરત હી. માટે એક એકના મનમાં જુદાઇ લાવવા યત્ન આદરવો જોઇએ, ખુદાવિંદ ભલી કરત લાગે વિલંબ, વિલંબ બુરે બિચાર, ભુવન ચનાવત દીન લગે પણ ઢાહ ન લગૈ બતાર'.

ખોટું કરવું એતો ઘણુંજ સ્હેગલ છે માત્ર કોકનું સારૂં કરવું અતિ મુસ્કેલ છે. એમ કહી બીરબલ શાહની આજ્ઞા લેઇ જ્યાં શાહજાદો અને વજીરજાદો પ્રેમમુર્તી બની બેઠા હતા ત્યાં ગયો અને વજીરજાદાને બોલાવી કાનમાં છાની વાત કહેતો હોય તેવો ભાવ બનાવ્યો અર્થાત કશું ન બોલતાં કાન સરખું મોઢું લગાડી થોડીવાર પછી ઉતાવળેથી બોલ્યો કે મેં જે વાર્તા કહી તે કોઈને પણ કહેશો નહીં !' એટલું જ બોલી બિરબલ ત્યાંથી રસ્તો પામ્યો, તદંતર શાહજાદો વજીરજાદા પ્રત્યે પુછવા લાગ્યો કે પ્રીયમીત્ર ! બીરબલ શું ગુપ્ત વાર્તા કર્ણપુટમાં જણાવી ગયો ? આ પ્રમાણે શાહજાદે પુછ્યું.

બીચારો વજીરજાદો જો બીરબલ કશીપણ વાત કાનમાં કહી ગયો હોય તો કહેને ? તેથી તેણે શાહજાદા પ્રત્યે જણાવ્યું કે મીત્રવર ! બીરબલજી ખાલી પોતાનું મોઢું મારા કાન પાસે રાખી ગુપ્ત વાત કહેવા સરખો ભાવ બતાવી ગયા છે. પણ કશી વારતા કહી ગયા નથી એટલે આપને શું કહું ?

આ સાંભળી શાહજાદે જણાવ્યું કે 'વ્હાલા દોસ્ત તેમણે (બીરબલે) ગુપ્ત વારતા કોઇને ન કહેવાની ભલામણ કરી છે તેથી તું વાતનેજ ગલત કરી નાંખે છે, પરંતુ હું કાંઇ કોઇ નથી, કિંતુ એક આત્મરૂપ છું માટે કહેવામાં કશી અડચણ નથી !' આવાં વાક્યો સાંભળતાં વજીરજાદો અતી ખેદવંત બની બોલ્યો કે શું ત્યારે હું આપને ખોટાં બાનાં બતાવી વાતને છુપાવું છું ? કોઇ દીવસ નહીં અને આજ શું મારા મનમાં આપ માટે જુદાઇ ભાસી હશે ? છટ અત્યારનું બોલવું બીલકુલ આપનું ગેરવ્યાજબી છે. આવા વજર સરખા કઠોર વચનો સાંભળી શાહજાદે જણાવ્યું કે તું ગમે તેવી યુક્તિ પ્રયુક્તિથી સમજાવ, પણ હુ તે તારી વાત કબુલ કરનાર નથી, કેમકે મેં નજરથી જોયેલ છતાં તું ઉલટો ચોર કોટવાલને દંડે તેવો પ્રકાર કરે તે શી રીતે માનું ? અજીજ બીરાદર ?

તારી આ વખતની વર્તણુંક પ્રીતીને ખાસ લાંછન આપવા સરખી છે, કેમકે 'પ્રીત તહાં પડદો નહિ, પડદો તહાં ન પ્રીત, પ્રીત તહાં પડદો રહ્યો (તો) સોહી પ્રીત વિપરીત.' ભલે હવે તારા આટલા વર્ષની પ્રીત ઉપર પાણી ફેરવવું હોય તો કંઇ હું કહી શકતો નથી ! જો સેલડીના સાંઠામાં પણ જ્યાં ગાંઠો હોય છે ત્યાં મીષ્ટ રસ હોતો નથી, પણ ગાંઠા વગરની જગ્યાએ રસ હોય છે માટે જરા વિચારી જો ! કેમકે 'જે મતી પીછે ઉપજે, સો મતિ પહેલી હોય, કાજ ન વિણસે આપણો, દુર્જ્જન હશે ન કોય. આવાં આવેશયુક્ત શાહજાદાનાં વચનો સાંભળી વજીર જાદે અરજ કરી કે અરે ! મારા દિલજાન દોસ્ત નાહક આવાં કઠોર વાક્ય બાણોવડે મારૂં કોમળ-પ્રેમી કાળજું શા માટે ચીરો છો ? અને દુરજનો તો આપણા વચ્ચે નિકટનો સંબંધ થયો જોઈ ગમે તે ખટપટ લગાવી વિખુટા પાડવા ઉદ્યમ ચલાવશે પણ આપ એવી નજીવી શંકાને મહા બળવાન ગણી સાચી માનો તો પછી મારો ઉપાય નથી બાકી હું સાચે સાચું કહું છું કે, મને બીરબલજી કશી પણ ગુપ્ત વારતા કરી ગયા નથીજ !'

આ પ્રમાણે વજીર જાદે જણાવ્યું ત્યારે શાહજાદે કહ્યું કે, શું બીરબલજી જેવા અક્કલ બહાદુર અને ચતુર શિરોમણી નરો પણ દુર્જ્જનની પંક્તિમાં છે ? અને એમને આપણી સાથે શું વૈર હતું ? કે આવી દુષ્ટ હીલચાલ ચલાવે ? હશે એ હવે તને પુછવા માંગતો નથી આખરે તેં તારી વર્તણૂંક અમલમાં આણી' હાથે કરીને પોતાના પગ ઉપર કુહાડો માર્યો' ખેર ! તારા

ભવિષ્યમાં પ્રીતિ રૂપી અમૃતનો સ્વાદ લેવો લખ્યો નહિ હોય ? એટલે હું શું કરૂ ? બસ ! હવેથી તું મારી પાસે મિત્રભાવ સમજી આવતો નહી ! જેમ સહુને બોલાવું છું તેમ તને પણ બોલાવીશ. જો કે તારા બુરામાં હું એક શબ્દ પણ બોલનાર નથી પણ હવે શાહજાદા મારા મીત્ર છે એમ કોઇ વખતે તું સમજતો નહિ. બસ આજથી છેલ્લી સલામ છે.

23
આ ચોર કે શાહુકાર !

• ૨૩. આ ચોર કે શાહુકાર !

એક સમે શાહે દરબારીઓ સમક્ષ રાજનીતિ માટે પોતાના વીચારો દર્શાવી રહ્યો હતો. એટલામાં હમજાનખાન નામના પઠાણે આવીને નમ્રતાપૂર્વક કહ્યું કે, સરકાર ! આપના નગરમાં ઠઠામલ નામનો એક મુલતાની વેપારી રહે છે તે વેપારીને આ ચાલતા અસાડ સુદી પુનેમની રાત્રે મોતીના પચીસ દાણાનો એક હાર દસ હજાર રૂપીઆની કીંમત આંકીને આપ્યો છે. મારી પાસેથી હાર લેતી વખતે શાહુકારે કહ્યું હતું કે તમે આવતી કાલે સહવારના બાર વાગે આવજો.

જો તમારો હાર મને પસંદ પડશે તો તેની કીંમતના દસ હજાર રુપીઆ આપીશ અને નહીં પસંદ પડે તો તમારો હાર તમને પાછો આપીશ. અમારી બંનેની વચે થયેલી સરત મુજબ હું આજ તે શાહુકાર પાસે ઉઘરાણી કરવા ગયો. મને ઉઘરાણી કરતો જાણી તે શાહુકારે એકદમ આંખ ચઢાવી મારા અંગ ઉપર ધસી આવી, ધમકાવીને કહ્યું કે, જા, જા, કોને ગળે પડે છે ? કેવો માલ ને કેવી વાત ? કોણ જાણે છે- આમ ધમકાવીને શાહુકારે મને આંગણેથી હાંકી કાઢ્યો.'

બીરબલે પઠાણની સઘળી હકીકત સાંભળી લેઇને, બીરબલે પઠાણને પુછ્યું કે, 'જે વખતે તમે તે શાહુકારને મોતીનો હાર દીધો તે વખતે તેના ઘરમાં બીજા કોણ કોણ હતા ? અને તે મોતીનો હાર લઇને શાહુકારે કઇ જગોએ મુક્યો હતો, તે તમે જાણો છો ?' બીરબલના જવાબમાં તે પઠાણે કહ્યું કે, 'અહો ન્યાયની ખુબી જાણનાર બીરબલ? મોતીનો હાર આપતી વખતે શેઠની શેઠાણી શીવાય બીજું કોઇજ નહોતું.

શેઠે શેઠાણીના હાથમાં મોતીનો હાર એક સાચા મોતીની પેટીમાં મુકવાને આપ્યો, શેઠાણીએ શેઠની પાસેથી કુંચીઓનો ઝુડો લઇ, તે પેટી ઉઘાડી પેટીમાં મુક્યો અને મને બીજા દીવસના બાર વાગે બોલાવ્યો.' આ સાંભળી બીરબલે પઠાણને કહ્યું કે, 'જે પેટીમાં તમારો હાર મુક્યો છે, તેનાજ જેવી એક પેટી બજારમાંથી લાવી મને આપો. પઠાણ તરત

બજારમાં ગયો, અને મહામુસીબતથી તેવા આકારવાળી પેટી શોધી કાઢીને બીરબલને લાવી આપી. બીરબલે તરત પેટી લઇને તે પઠાણને એક બાજુએ સંતાડી મુક્યો.

બાદ ઠઠામલને બોલાવ્યો. અને તે ખરીદ કરેલી પેટી પોતાના ટેબલપર મુકી બીરબલે કચેરીમા પટાવાળાને કહ્યું કે, 'જે વખતે ઠઠામલ શેઠ કચેરીમાં આવે તે વખતે હું તને કહીશ કે આ પેટીની ચાવી મારી કનેથી ખોવાઇ ગઇ છે. અને તેમાં આ શાહુકારના અગત્યના પત્રો છે, તે તેમને દેવાના છે.માટે લુહારને બોલાવી લાવ, ત્યારે તું કહેજે કે એમ કરવાથી તો ઉલટી પેટી બગડી જશે, માટે આવતી કાલે હું આવી પેટી જેની પાસે હશે તેની પાસેથી ચાવી લઇ આવીશ એમ તું કહેજે.' એટલામાં ઠઠામલ શેઠ દરબારમાં દાખલ થયો. બીરબલે તેને માન આપી પોતાની પાસે બેસાડી પા એક કલાક સુધી આડી અવળી વાતો કરી શેઠને ભારમાં નાખ્યા.

બાદ બીરબલે નોકરને કહ્યું કે, 'આ પેટીની ચાવી મારી પાસેથી ગુમાઇ ગઇ છે, તેમાં શેઠના ખાનગી કાગળો છે, તે તેમને આપવાના છે, માટે લુહારને તેડી લાવ.' પટાવાળાએ કહ્યું કે, 'એમ કરવાથી તો નાજુક પેટી બગડી જશે. માટે આવતી કાલે હું તપાસ કરીશ. અને એના જેવી પેટી જેની પાસે હશે, તેની પસેથી ચાવી લઇ આવીશ.' બીરબલે પટાવાળાને કહ્યું કે, 'આજનો દીવસ ઢીલમાં નાખવાથી શેઠને પાંચ હજાર રૂપીઆનું નુકશાન થાય એમ છે.' બીરબલના આ શબ્દો સાંભળતાંજ શેઠે વીચાર કરીને કહ્યું કે, 'મને નુકસાન થાય એમ કરસો નહીં એના જેવીજ મારી પાસે પણ એક પેટી છે, તેની ચાવી આ પેટીને લાગુ થશે.'

શેઠની આ વાત સાંભળી બીરબલે શેઠને કહ્યું કે, 'ઘણીજ સારી વાત થઈ, ચાવી આપો તો પેટી ઉઘાડી નાખીએ. શેઠે કહ્યું કે, 'ચાવીનો લુમખો ઘેર રહી ગયો છે તે હમણાં જઇને લઇ આવું.' બીરબલે કહ્યું કે, 'નાજી, તમને મહેનતમાં નખાય ? નોકરને નીશાની આપો, તો તે તરત લઇ આવશે.' શેઠે પટાવાળાને કહ્યું કે. 'મારે ઘેર જઇ શેઠાણીને કહેજે કે મારા કબાટના ખાનામાં ચાવીઓનો ઝુડો છે તે આપો.' એટલે પટાવાળો લેવા ચાલ્યો. તરત બીરબલ બહાર આવી પટાવાળાને કહ્યું કે, 'શેઠાણીને જઇને કહેજે કે, 'જે પેટીમાં તમે પચીસ મોતીનો હાર મુક્યો છે, તે ઘરાકને દેખાડવા માટે શેઠે મંગાવીઓ છે માટે આપો, તે આપે તે તું લઇ ગુપચુપ મને આપજે.'

બીરબલની વાત ધ્યાનમાં રાખી પટાવાળો દોડતો શેઠાણી પાસે જઇને ચાવીના લુમખાની નીશાની આપી મોતીનો હાર માગીઓ. શેઠાણીએ તરત કાઢી દીધો તે લઇને પટાવાળાએ ગુપચુપ આવીને બીરબલને દીધો. બીરબલે તરત એક ઝવેરીને બોલાવીને તેની પાસે તે મોતી જેવડાં બીજા સો મોતી મંગાવીઆ, ઝવેરી મોતી લાવીઓ તે ભેગા ૨૫ મોતીના દાણા એક હારમાં પાંચ પાંચ મોતીને આંતરે એક એક મોતીનો દાણો પરોવીને, પઠાણને બોલાવી કહ્યું કે, 'આ હારમાં તમારા મોતી હોય તો ઓળખી કાઢો ? પઠાણે તે હાર પોતાના હાથમાં લઇને બહુ બારીકીથી તપાસીને પોતાના જે પચીસ દાણા હતા, તે દેખાડીને કહ્યું કે, 'આ દાણા મારા છે.'

તે સાંભળી બીરબલે જાણ્યું કે દાણા તો પઠાણના ખરા. પણ હવે શાહુકાર શું કહે છે તેજ જોવાનું છે. બાદ બીરબલે મોતીના પચીશ દાણા લઇને પોતાની પાસે રાખીને પઠાણને

કહ્યું કે, 'જે શાહુકાર કચેરીમાં બેઠા છે, તેની પાસે હું જાઊં છું ત્યાં આવી તમારે ફરીઆદ કરવી.' એમ કહી બીરબલ કચેરીમાં ગયો. આ બનાવ સંબંધી ઠઠામલ શેઠતો અણવાકેફ હતો. તેતો એમજ સમજતો હતો કે, પટાવાળો હજી ચાવી લઇને આવ્યો નથી. એટલામાં પઠાણે આવી ફરીઆદ કરી.

તે સાંભળી બીરબલે પઠાણના મોતી માટે ઠઠામલ શેઠને પુછ્યું, પણ તે કબુલ ન કરવાથી બીરબલે શેઠને બહુ સમજાવ્યા, પણ શેઠ તો એક ટળીને બે થાય નહીં. તેથી બીરબલે બંનેની જુબાની લીધી, પણ આ બેમાંથી સાચો કોણ તે ન્યાયી અદાલતમાં બતાવી આપવાને શેઠની શેઠાણીને અદાલતમાં બોલાવી. તેની સાક્ષી લેતાં બીરબલે શેઠાણીને પૂછ્યું કે ગઈ કાલે શેઠે તમને મોતીના ત્રીસ દાણા આપ્યા હતા, અને આજે મંગાવ્યા તો પચીશ કેમ મોકલ્યા ?' તેના જવાબમાં શેઠાણીએ કહ્યું કે, 'સાહેબ, શેઠ આપની પાસે મોજુદ છે, તેમ પઠાણ પણ હાજર છે, તેને પુછો કે, મને પચીશ કે ત્રીસ આપ્યા હતા.' એટલામાં શેઠ બોલવા જતા હતા.

પણ તરત બીરબલે શેઠને વચમાં બોલતા અટકાવીને શેઠાણીને પુછ્યું કે, શેઠે ગઇ કાલે મોતીના દાણા પચીશ તમને આપેલા તે આજ કે બીજાં. શેઠાણીએ કહ્યું કે, હાજી તેજ આ છે, બીજા નથી.' આ સાંભળી બીરબલે તરત શેઠાણીને રજા આપી. પછી શેઠની ઉપર પારકો માલ હજમ કરી જવાનું તોહમત રાખી શીક્ષા કરી અને પઠાણને મોતીના દાણા આપી રજા દીધી.બીરબલનો આ અદ્દ્ત ઇન્સાફ જોઇ શાહ અને દરબારીઓ છક થઇ ગયા.

24
અવગુણ ઉપર ગુણ

• ૨૪. અવગુણ ઉપર ગુણ

પર નરની જે પીડા, જાણે જન તે છે જગમાં વારૂ,
છીદ્ર ન પેખે છળથી, વડપણ ધારી સદા ચહે સારૂં.

એક દીવસની સાંજે શાહ સુલતાન હજરત નીજામુદીન ઓલીઆની દરગાહમાં બંદગી કરવા માટે ગયો હતો. દરગાહના દરવાજામાં દાખલ થતાંજ, ત્યાં ઉભેલા એકવેષધારી ફકીરે શાહને દવા આપી હાથ મેળવવા હાથ લાંબો કીધો. શાંઇહે અપમાન ન થાય તેટલા માટે શાહે પણ હાથ લાંબો કરી મેલાવ્યો. બંને જણ એકમેકનો હાથ પકડી દરગાહમાં અરસપરસની વાતો કરતા ચાલ્યા. જ્યારે શાહને વાતોમાં તલ્લીન થયેલો જોઇને તે ફકીરે ધીમેથી હાથ ચાલાકી કરી શાહના હાથમાંની અમુલ્ય હીરાની વીંટી પસાર કરવાનો પ્રયત્ન ચલાવ્યો.

પણ તે પ્રયત્નમાં તે નીષ્ફળ નીવડવાથી નીરાશ પામી તે વેષધારી ફકીર છપાંચ ગણી ગયો, શાહ પણ દર્શન કરી પોતાને મેહેલે ગયો. અને નોકરોને બોલાવી એક હજાર રૂપીઆ આપી તે વેષધારી ફકીરના ચહેરા વગેરેની નીશાની આપી દરગાહમાં જઇ તે ફકીરને શોધી કાઢવાનો હુકમ કરયો. તે મુજબ નોકરોએ બહુ તપાસ ચલાવી પણ તેઓની શોધમાં ન મળવાથી નોકરો પાછા આવી સઘળી હકીકત શાહને કહી. તેથી શાહ અફસોસ કરવા લાગ્યો કે અરેરે ! બિચારો ગરીબ સાંઇએ વીંટી કાઢવા પુષ્કળ યત્ન આદરયું.

પણ તેમાં નિરાશ થયો અને તેની દુખાવસ્થા વીચારી ગુજરાન થવા યોગ્ય રકમ મોકલાવી ત્યારે તેનો પતો લાગ્યો નહીં; જો બીજે ઠેકાણે એનો હાથ ભરાયો હોત તો મારી અંગુઠી કહાડી લેવા યત્ન આદરતજ નહીં. કેમકે જે ચોર બદમાસને શીક્ષા કરનાર અત્યારે હું વિદ્યમાન છું છતાં તે શિક્ષાનો પણ ભયે ના રાખતાં મરવુંજ આદરી ખુદ મારી અંગુઠી કાહાડી લેવા હીમ્મત ભીડી શાબાશ છે તેની હીમ્કાતને ! પરંતુ મને એજ લાગી આવે છે કે એની દયામણી દયા મારા જાણવામાં આવ્યા છતાં તે દુઃખીજ રહ્યો ? ત્યારે હવે એ કેવા

પ્રકારે સુખી થશે ? અર્થાત હવે કોની યાચના કરશે ? કિંવા કોણ તેનું દુઃખ હઇયે ધરશે ?

સાર--ફકીરના અપરાધ પર કોપ ન બતાવતા, તેની હીંમત પર ફીદા થઇ તેની ગરીબાઇ તરફ નજર દોડાવી કેવી ઉદારવૃત્તી બતાવી. ધન્ય છે એવા બુદ્ધિવાન રાજાઓને ?

25
દીકરાની વાત માએ રાખી

- ૨૫. દીકરાની વાત માએ રાખી

દાન માન શન્માનને, ખાવ પાન વરદાન;
પાત્ર પ્રમાણે હોય તો, શોભા લહે સુજાણ.

એક સમય કોઇ એક પારધી એક પંખીને પકડી તેને સોનેરી અને વીવીધ રંગથી રંગી ખુબ સુરત બનાવી જ્યાં નામદાર અકબર શાહનો પાટવી શાહજાદો કે જે જહાંગીર નામથી પ્રખ્યાત હતો તે પોતાના મીત્રો સહ દરબારગઢમાં ખેલ ખેલતો હતો ત્યાં તે પારધી પંખીને લઇ આવી પોહચ્યો અને અરજ કરી કે નામદાર ! ઘણા પાહાડ જંગલોમાં રખડી બહુ મહેનતે આ સુંદર પંખી આપ માટે લાવ્યો છું માટે આપ લ્યો અને મહેરબાની કરી મને એક હજાર રૂપીઆ આપીદો તે અરજ સાંભળી સુંદર પંખીને ધારી ધારીને નીહાળ્યું અને શાહજાદાનું મન તે પંખીને માટે લલચાયું તેથી તે પાંજરૂ હાથમાં પકડી પારધીને ત્યાંજ ઉભો રાખી પોતે ખુશી થતો પોતાની દાદી મા અગાડી ગયો અને કહેવા લાગ્યો કે, દાદી માજી ! આ પંખી કેવું ઉમદું છે ? એક ગરીબ માણસે નજરાણા દાખલ આપ્યું છે માટે તે ગરીબ માણસને એક હજાર રૂપીઆ આપો' આ પ્રમાણે શાહજાદાનું બોલવું સાંભળી હુરમ સાહેબ બોલ્યાં કે ભાઇ ! હજુ તું બાળક છે માટે બનાવટી ચીજને પણ સાચી સમજે છે. શું આવું સોનેરી પાંખ અને વીચીત્ર મનોહર રંગવાળું પંખી તે કદી પણ દેખ્યું કે સાંભળ્યું હતું ? ભાઇ આપણે રાખવા લાયક નથી, આતો રંગથી રંગીને તને ફોસલાવવા માટે તે પારધી લાવેલ છે, માટે આ પંખી તેને પાછું આપ અને ગુપચુપ ખેલ ખેલો.

જ્યારે ઉપર પ્રમાણે દાદી દીકરાનો સંવાદ થયો ત્યારે ખુદ શાહ અકબર પણ ત્યાં હાજરજ હતો તેથી માતુશ્રીનું ઉક્ત પ્રમાણે બોલવું સાંભળી બોલ્યો કે માજી સાહેબ ! આ શાહજાદો છે તેથી લોકો એની આશા રાખી ન ફોસલાવે અને ફાયદો ન મેળવે તો પછી બીજી કોની પાસે જઈ પોતાને ફાયદો થાય તેવી ઉમેદ રાખે ? જ્યાં ભરયું સરોવર હશે ત્યાંજ પશુ પંખી અને પંથી આવી તૃષા મટાડી આનંદ લેવાની આશા રાખશે પણ સુકાઇ

ગયેલું સરોવર કે જ્યાં સંખલા ઉડતા હશે ત્યાં જવાની કોઇ પણ આશા રાખશેજ નહી માટે આપણી વડાઇ વીચારવીજ જોઇએ તેમ શાહજાદાને તેવાંજ નજરાણાં થવા લાયક છે માટે એક હજાર રૂપીઆ આપી દેવા યોગ્ય છે.' આ પ્રમાણે શાહનું બોલવું સાંભળી માજી સાહેબે ફરમાવ્યું કે હજાર રૂપીઆ મારી પેટીમાં નથી પણ સો સોના મ્હોર પડેલી છે માટે તે તેને આપી દો.' એમ કહી પેટી ઉઘાડી સો અસરફીઓ (સોના મહોરો) શાહજાદાને આપી અને શાહજાદાએ ઝડપ તે પારધીને તે મહોરો આપી વિદાએ કર્યો.

સાર--બાપ તેવા બેટા ને વડ તેવા ટેટા જેવો શાહ ઉદાર હતો, તેવોજ જહાંગીર હતો. જહાંગીરની માંગણી દાદીએ સ્વીકારવા ના પાડી, પણ અકબરે પોતાની માતાને સમજાવી કે ગરીબ પ્રજાની હમેશાં રાજકરતાઓએ દાદ સાંભળી તેને તન મન ધનથી રીઝવવી એ રાજ કરતાનો ધર્મ છે. અકબરનાં આ નીતીબોધ વચનો સાંભળી રાજમાતાએ તરત હજારને બદલે અઢારસોની મતા આપી પારધીને રીઝવ્યો. મ્હોટાઓનાં મન સદા મ્હોટાં હોય છે.

26
અવગુણ ઉપર ગુણ ૨

• ૨૬. અવગુણ ઉપર ગુણ ૨

મનુષ્ય માત્રના અંગમાં, ગુણ અવગુણ કે નુર;
માતા તાતા મોશાળની અસર છે એજ જરૂર.

દીલ્લી શહેરમાં એક લક્ષ્મિચંદ નામનો સદગૃહસ્થ રહેતો હતો. તેની સદગુણ સંપન્ન સ્ત્રીનું મરણ થવાથી તેણે પુનઃલગ્ન કર્યું અને તે નવીન સ્ત્રીની સંગાથે સંસાર સુખ ભોગવતા એક સુંદર પુત્ર રત્ન પ્રાપ્ત કર્યું.

સદરહુ શેઠની ગત થઇ ગયેલી સ્ત્રીના પણ બે પુત્ર હતા તેઓ પોતાના ધંધા રોજગારમાં આનંદમાન વિહાર કરતા હતા જ્યારે આ નવીન પરણેલી સ્ત્રીથી એક પુત્ર ઉત્પન્ન થયો અને તે પાંચ વર્ષનો થયો ત્યારે દુર્દૈવના પ્રતાપે સ્વર્ગવાસ થયો તેથી નવી સ્ત્રીને પોતાના અને પોતાના બાળકના પોષણ માટે મોટા ઓરમાન છોકરાની ઓશીયાળ કરવી પડી. ઓરમાન છોકરાઓના મનમાં તો રાત્રી દીવસ નવીન સ્ત્રીના પુત્ર માટેની ખટક રહેતી હતી કે (આ ક્યાં નકામું શાલ થઇ પડ્યું. પીતાએ મરતાં મરતાં પણ પીડામાં નાંખી ગયા છે પણ હજુ કાંઇ વાજુ વંઠ્યું નથી. ધીમે ધીમે વચમાં નડતા કાશલને કાઢી નાખશું ? આ પ્રમાણેનો નીચ વીચાર તેઓ ચલાવતા હતા. આવા નીચ વીચારવાળા ભાઈઓએ પોતાની ઓરમાન મા, અને ઓરમાન ભાઇને ખાવા પીવા સંબંધી દુઃખ પાડવા લાગ્યા.

આ દુઃખ સહન ન થઇ શકવાથી ઓરમાન માએ પોતાની આગલી શોકના બંને છોકરાઓને કહ્યું કે, વારંવાર તમને ખરચ માટે મહેનત આપવી એ મને ઠીક લાગતું નથી. માટે મારો ત્રીજો ભાગ મને આપો એટલે આપણી હમેશની તકરારનો અંત આવી જાય.' આ સાંભળી આગલી શોકના બંને છોકરાઓએ પોતાની ઓરમાન માને ધમકાવીને કહ્યું કે, 'અમારી મીલકતમાંથી તમને એક દમડીનો પણ ભાગ મળનાર નથી. અમારા પીતાના વીર્યથી પેદા થયેલો તમારો છોકરો નથી. તો પછી ભાગ શા માટે આપીએ ? બાપની બાયડી ધારીને, બાપની આબરૂને ખાતર જે કાંઇ ખરચ આપીએ તે લઈ ગુપચુપ બેસી રહો.

છતાં પણ એમ ન માનતા પારકાઓની ઉશ્કેરણીથી કાંઇપણ ગડબડ સડબડ કરશો તો નાહક આબરૂથી ફજેત થશો પણ કાંઇ લાભ થનાર નથી એ ખચીત જાણજો.' આ ચોખાચટ કલંક યુક્ત રોકડા શબ્દો સાંભળીને બાઇને બહુજ ખરાબ લાગ્યું ન્યાય વગર છુટકો થનાર નથી. ન્યાયની સોટી વગર આ છોકરાઓની આંખ ઉઘડનાર નથી. આ વીચાર કરીને તે બાઇએ અકબરની અદાલતમાં ફરીઆદ નોંધાવી. બ્રહ્માના સમયથી ચાલતું આવેલું અંધેર અકબરના અદલ રાજમાંથી કાંઇ તદન નાશ પામ્યું નહોતું.

સામી પક્ષવાળાઓએ ધનની લાલચથી અમલદારને સમજાવી દાવો રદ કરાવ્યો. કહ્યું છે કે પૈસો શું કરી શકતો નથી ? જરકી મોહબત જરકે તાબે; જરકો જગમેં ખાર હૈ, જીસ જોયપે દેખો યારો, તો જરસે બેડા પાર હે ધન જોઇ મુનીવર ચળે, તરૂણી પસારે હાથ, કંથા વોહ ધન લાવજો, કો જીણરો નામ ગરથ. નાણાની તાનથી બાઇનો સાચો દાવો બરબાદ ગયો. અને ધનવાળા છોકરાઓનો ખોટો દાવો ખરો થયો. એક દમડી માટે હજારોનો ખરચ કરવા છતાં સ્વચ્છ ન્યાય મળતો નથી. નહાના તે મહોટા સુધી ખાઉં ખાઉં કરે છે. ખાધા વગર આગળ પગલું ભરવા દેજ નહીં. તો પછી ગરીબ બીચારાની શી તાકાત કે પોતાના દાવાની દાદ મેળવવાને ભાગશાળી બને. ગ્રંથ વગરનો નર નીમાણો કહેવાય છે.

માટે જેની પાસે ટકા તેના સૌ સગા, પણ જેની પાસે નહીં ટકા, તો બેઠા જુવે ટગ ટગા ? ધન બીન બાપ કહે પુતતો કપુત ભયો, ધન બીન ભાઈ કહે બંધુ દુઃખદાઇ, ધન બીન નારી કહે નકટેસે કામ પડ્યો, ધન બીન સુશર કહે કીનકા જમાઇ હે, ધન બીન યાર દોસ્તદાર કહુ ન તજીએ, ધન બીન દુનિયામાં મુહકુ છીપાઇએ. કહે કવી બીકટરામ સુનહો દીન દયાળ ધન બીન મુડદેકું લકડી ન પાઇએ.

જ્યારે આ પ્રમાણેના સ્થીતિવાળી બાઇ નીરાશ થઇ, કાંઇ પણ દાદ ન લાગી ત્યારે ખુદ અકબર હજુર જઇ સઘળી બાબતો રજુ કરી તેથી શાહે ન્યાયધીશને બોલાવીને પુછ્યું કે, ' આ બાઇના કેશનો ફેસલો કેવા પ્રકારે આપ્યો છે. ખરા કેસને શા આધારથી રદ કર્યો છે. તે સાંભળી ન્યાયાધીશે બંને પક્ષના પુરાવા રજુ કરી કેશનું રૂપ અને તેનું નીરાકરણ કરી બતાવ્યું. આ હકીકત જાણી શાહ વીચારમાં પડ્યો. અને આ ભેદ ભરેલા કેશમાં શું સત્યતા હશે ? તે શોધી કાઢવા માટે શાહે ફરીઆદ કરનાર બાઇને એકાંતમાં લઈ જઇને પુછ્યું કે, 'જ્યારે તમારો સ્વામી તમોને પરણી લાવ્યો ત્યારે બુઢ્ઢાવસ્થા હતી છતાં પુત્ર પ્રાપ્ત કરવા જેટલી શક્તી શી રીતે આવી ? શું કાંઇ તેણે વાજીકરણ પ્રયોગો ઉપયોગમાં લીધા હતા ? તે તમે જાણતા હોતો ખુલાસાથી સમજાવો.'

શાહનાં આ વાક્યો સાંભળી પીતા રૂપ રાજા આગળ કહેવા લાગી કે, 'હે દયાવંત ! આપ તો પુજ્ય પીતા સમાન છો, એટલે આપ સમીપ સાચી બીના જણાવવામાં કશી અડચણ સમજતી નથી, આવા કટોકટીના પ્રસંગમાં શરમ રાખે કામ થાય એમ નથી, કહ્યું છે કે, 'લાજે વણસે કાજ.' માટે સાચે સાચે કહું છું કે, મારા સ્વામીનાથે મારી સાથે પરણ્યા તે વખતે તેનું જરાપણ ઘડપણ હતું. તેના ઘડપણની વ્યાધીઓને મટાડનાર રસાયન રૂપ આમ્રપાક એક પ્રવીણ વૈદના હાથથી બનાવી તેનો વીધી યુક્ત સેવન કરાવવાથી મને ગર્ભ રહ્યો હતો.

બાઈના બોલવા પર તર્ક શક્તી દોડાવીને શાહ મન સાથે વીચારવા લાગ્યો કે જો આમ્રપાકના પ્રતાપથી આ બાઇને ગર્ભ રહ્યો હશે તો ખચીત તેના ધણીના વીર્યમાં આમ્રરસની કાંઈકપણ અસર રહેવીજ જોઇએ. અને તેના તે વીર્યથી પાકેલો જો આ છોકરો હશે તો તેની પરસેવામાં પણ તેની વાસ જરૂર હોવીજ જોઇએ. આ માટે વાગભટાદિક વીગેરે મુનીઓએ વેદ અને પુરાણના દાખલા દલીલો આપી સાબીત કરેલ છે કે બાપના વીર્યમાં અને માતાના રૂધીરમાં જે ગુણ દોષ પ્રકૃતિ રહેલી હોય છે તેજ તેનાથી પાકેલાં સંતાનોમાં જરૂર દાખલ થાય છે.

આ તો સીદ્ધાંત છે કે આમ્રપાકથી ઉત્પન્ન થયેલ વીર્ય અને તે વીર્યથી પાકેલા સંતાનમાં તેની અસર કેમ ન થાય ?' આવો વિચાર કરી એક ચાકરને બોલાવીને કહ્યું કે, ' આ બાઈના છોકરાને સ્વચ્છ જળવડે નવરાવી સરસમાં સરસ ગરમ કપડાં પહેરાવી પરસેવો વળે તેવી રીતે ખુબ દોડાવી એકદમ મારી આગળ લાવો.' શાહનો આ હુકમ થતાંજ તરત દરબારી નોકરે તેજ પ્રમાણે હુકમ બજાવી પરસેવાથી તરબોલ થયેલા છોકરાને લાવી શાહ સન્મુખ ઊભો કીધો. તે જોઇ શાહે ખુદ પોતાને હાથે નવા રૂમાલવડે તેનો પરસેવો લુછી નાખીને તે રૂમાલ કચેરીમાં બીરાજમાન થએલા અમલદારોના હાથમાં આપી કહ્યું કે; 'આ રૂમાલમાં શાની સુગંધ આવે છે ? તે બરાબર તપાસીને કહો.'

દરબારીઓએ બહુ બારીકીથી તે રૂમાલને તપાસી કહ્યું કે, ' હજુર ! આ રૂમાલમાં કેરીની સુગંધ આવે છે ?' દરબારીઓની આ વાત સાંભળીને શાહને ખાત્રી થઇ કે ખરેખર કેરી પાકના પ્રતાપથી, તેના પતીના સંગથીજ આ છોકરો જન્મેલો છે, એમાં જરા પણ અસત નથી. માટે બાઈ સાચી છે. પ્રતીવાદીઓ નાહક બીચારી બાઇને દોષીત ઠેરવી તેનો હીસ્સો હોયાં કરી જવા માટે આટલી બધી ખટપટ ઉઠાવી છે એમાં જરા પણ શક ?' આમ નકી કરી બાઇની માગણી પ્રમાણે ત્રીજો હીસ્સો તેજ વખતે આપવાનો હુકમ કીધો અને પ્રતીવાદીઓના અપરાધ બદલ શીક્ષા કરી.

સાર--ધર્મ નીતી, શાસ્ત્ર નીતી અને વહેવાર તર્ક શક્તીનો અનુભવ ધરાવનારજ ન્યાયાધીશ સત્યાસત્યનો તોલ કરી ન્યાય મેળવનારને સાચો ન્યાય આપી શકે છે ? પણ અગડમ બગડમ કરનાર અને કાળા અક્ષરને કુટી મારનારો શું આપશે ? કાંઈ નહીં. માટે ન્યાય મેળવનારે વીચાર કરીનેજ ન્યાયાધીશોની અદાલતમાં ન્યાય મેળવાવ જવું.

27
રાજાના માથાનો મલ્યો

• ૨૭. રાજાના માથાનો મલ્યો

જન્મી આપે કુજાતીમાં, કરે સુજાતીનાં કામ,
વીષ મુખમાં મણી નીજી છતાં કરે વીષ શ્યામ.

એક વખતે એક મુસલમાનનો છોકરો જુવાનીના જોરથી મસ્ત બની સાન ભાન ભુલી જઈને કાંઇક કારણસર પોતાના બાપના માથામાં પાંચ સાત ખાસડાં માર્યાં. આ ખાસડાંના મારથી ઘરડો બાપ મ્હોટે રડવા લાગ્યો આ રડારડનો અવાજ સાંભળી આસપાસના લોકો એકઠા થઇ જઇને અવીચારી છોકરાને પકડી લીધો. તો પણ હાથમાં ન રહેતાં બાપને મારવાને વારંવાર હુમલા કરતો હતો. તરત તેને પકડી શાહ હજુર લઇ તેની હકીકત જાહેર કરી તે સાંભળતાં વેંતજ શાહ અત્યંત કોપાયમાન થઇ ગયો અને તે દુષ્ટ છોકરા પ્રત્યે કહ્યું કે કેમ રે ! મુર્ખા જે આપણને પાળીપોષિ કેટલાં દુઃખો વેઠી ઉછેરે છે (પ્રતીપાલન કરે છે) તેનેજ આ પ્રમાણે માર મરાય કે ?

એવો કોઈ બેવકુફ હશે કે પોતાના પોષણ કરનારને મારે અગર આવું અપમાન કરે ! ?) ઉદ્ધત પણ સમજુ છોકરો દાવ ઉપર સોગઠી મારવાનો લાગ આવ્યો જાણી હાથ જોડી બોલ્યો કે નામદાર ! આપ ફરમાવો છો તે કેવળ સત્ય છે એમ કરવાથી મહાપાપ થાય છે એમ હું માનું છું, પરંતુ આપણી આંખનું કુશળ ચાહી પારકાની આંખમાં મુશલ પહેરાવવા જવું એ શું આપ સરખા નામદારને વ્યાજબી છે ?

આ પ્રમાણે તે છોકરાનું બોલવું સાંભળી શાહ વિશ્મયસહ બોલ્યો કે તે શી રીતે મારી ગેરવ્યાજબીપણાની વારતા છે ? તો તું જણાવ. તે ઉદ્ધત છોકરો બોલ્યો ગરીબપરવર ! જ્યારે પાલન કરનારને મારવા કીંવા અપમાન કરવા માટે આપને દુઃખ ઉત્પન્ન થાય છે ત્યારે હજારો બાળકો અને મનુષ્યોનું જે બીનસ્વારથે પાલન પોષણ કરે છે તેવી નિરદોષ ગરીબ મોઢામાં ઘાસને ધારણ કરનારી ગાયોને મારવી કીંવા તો અપમાન કરવું એ ઠીક છે ? શુરા લોકોનો એ ધરમ છે કે જેના હાથમાં શસ્ત્ર નથી તથા જેણે દાંતમાં તરણું ધારણ કર્યું

હોય તેવા દુશ્મનને પણ મારવો નહિં, પરંતુ અભયદાન આપવું તો તે રીતીથી આપ ઉલટી રીતે વર્તો તો તેનું કશું નહીં અને મેં મારા પીતાને માર્યો તો તે વીષે આપ ગુસ્સે થાઓ છો તેથી એમ ચોખું જણાઈ આવે છે કે એ ખુદાનો કાયદો ગરીબોને માટેજ હશે પણ આપ જેવાઓને માટે નહીં હોય, અને જો હોય તો હાથીના દાંત દેખાડવાના જુદા અને ચાવવાના જુદા તેનું કારણ શું ?'

આ પ્રમાણે નીશંકપણાનાં નીતીયુક્ત વચનો સાંભળી શાહે વીચાર્યું કે આ છોકરાનું કેવું સત્ય છે તથા મારા અમલમાં એ નિરઅપરાધી ગૌમાતનો વધ થાય છે એ ખરેખર અઘટીત પ્રકાર છે એમાં જરાપણ ખોટું નથી, માટે આજથી તે અઘોર કૃત્ય મારા રાજ્યમાં ન બને તેમ અવશ્ય બંદોબસ્ત કરવો એ દ્રઢ સંકલ્પ છે.' એમ નીત્ય ગૌવધ થતો અટકાવવા સખ્ત હુકમ સાથે ઢંઢેરો ફેરવ્યો અને નીદ્ય કઠોરઘાતકપણું બંધ પડી-સકળ પ્રજાની પ્રીતિ સંપાદન કરી.

સાર--મોટા માણસનું લક્ષણ એજ છે કોઇના બોલવાપર રીસ ન ચઢાવતાં તેની વાતમાં શું તત્વ છે તે તારવી લેઇ પોતાની ઉદારવૃત્તિ બતાવવી.

28
ખરા નામની ખુબી

• ૨૮. ખરા નામની ખુબી

છળ છુપાવે સત્યને, પણ છેવટ ન છુપેજ,
આખર ખુલ્લુ થાય સહુ કષ્ટ બહુ પામેજ;

શેહેનશાહ અકબર શાહના રાજ્યમાં એક ગરીબ મનુષ્યની છોડીનું કોઈ એક તાલમબાજ હરણ કરી ગયો અને દીલ્લી શહેરમાં રહેનાર એક વેશ્યાને ત્યાં તે છોડીને પૈસા લેઇ વેચી દીધી તદનંતર તે વેશ્યાએ તે છોડીને ગાયન નૃત્ય અને પૈસો હરણ કરવાની અચ્છી કળા શીખવી તેથી પોતાનો ધંધો ઠીક ચાલવા લાગ્યો અને પૈસો પણ સારો સંપાદન થવા લાગ્યો.

વાચક વૃંદ અમુલ્ય ગુણીજન પુરૂષ દુર્બળ અવસ્થામાં કે સંકટમાં આવી પડ્યો હશે તેમ તે ધનાઢ્ય આગળ કાલાવાલા કરે પણ તેને કોઇ આશ્રય આપવા ચાહશે નહિ, પરંતુ સ્ત્રી ચાહે તેવી દુરગુણી હશે તદપી રૂપ ચટક મટક અને ચાળાઓ જોઇ તે બે બદામની બૈરીને સર્વ અમીર ઉમરાવ સોગઠીઆઓ વગેરે ચાહના વડે આશ્રય આપી આધીન બને છે બનશે એટલુંજ નહીં પણ તેના શબ્દ ઉપર વગર મૂલ્યે વેચાશે, પરંતુ એમ કોઇ વીચારતું નથી કે- મર્દ- ગુણવાનને વીપત્તિ વખત અવશ્ય બની શકે તેટલો આશ્રય આપવો કેમકે વીપત્તિનું વાદળ એક દીવસ સરવના ઉપર ધુમે છેજ માટે અણી સાચવી લેવાથી બહુ વડાઇ ગણાય તેમ તે ઉપકારના બદલામાં ખાનદાન ગણી જેઓ ખરી વખતે માથાં અર્પણ કરે છે, પણ સ્ત્રી પુરૂષ ધન દોલતની દરકાર રાખતા નથી ! અને સ્ત્રી કેવળ જ્યાં સુધી તેનો સ્વાર્થ સંધાશે ત્યાં સુધી આપની થશે તેમ બહુ રાઝી જશે તો 'મુત્ર પાત્ર'--નરક દ્વાર--સુમતી સદ્‌ગુણ અને સુયશ રૂપ થવાનો નાશ કરનાર જાજુલ્યમાન અગ્ની કુંડ તમારા આગળ ધરશે; છતાં પણ શું મોહ જાળની પ્રબળતા છે કે દીવો લેઈને કુવામાં પડે છે, આહા કામદેવની તારી બલિહારી છે.

હવે તે છોકરીના પિતાએ છોકરીની ઘણી શોધ કરી પરંતુ ક્યાં પત્તો લાગ્યો નહિ તેથી બિચારો નિરાશ બન્યો અને ગાંડાની માફક જ્યાં ત્યાં ભટકવા લાગ્યો.

એક વખત ફરતો ફરતો દીલ્લી શહેરમાં આવ્યો અને શહેરમાં ફરતાં નાયકાઓના ઘરો ભણી જઈ લાગ્યો, એક વેશ્યાની હવેલીના ઝરોખામાં બેઠેલી સ્યામા નાયકાને નિહાલી વિચારવા લાગ્યો કે ‘ આ ઝરોખામાં બેઠેલી સ્ત્રી ખચીત મારી પુત્રી હોવી જોઇએ, પરંતુ આવા નીચ કર્મ સુધી કેવી રીતે પહોંચી ? એમ વીચારી પોતાની પળખાણ આપવા તે સ્ત્રી પ્રત્યે કેટલીક પ્રેમ વાત્સલતા સાથે વારતાઓ કરી પણ તેણીએ તો તે તરફ જરા પણ લક્ષ આપ્યુંજ નહીં કાશીના પંડીતો કેમ જીત્યા ?

તેઓએ કહ્યું તે મેં માન્યુંજ નહીં ? તેવો બનાવ બન્યો તેથી છેવટે લાચાર બની અકબરશાહની હજુર કરી ફરીયાદ કરી ફરીયાદની હકીકત સાંભળી સદરહુ વેશ્યા અને બેવફાદાર છોડીને બોલાવી મંગાવી બાદશાહે વેશ્યાને પુછ્યું કે આ છોડી કોની છે ?’ તે સાંભળી વેશ્યા બોલી કે જી હજુર ! જ્યારે આ છોડી ન્હાની હતી તે વખતે એને એક ફકીર લઇને આવ્યો હતો અને પોતાનીજ દીકરી છે એવો પક્કો વિશ્વાસ આપી હજાર રૂપીઆ લેઇ વેચી ગયો ત્યારે મેં પુષ્કળ દ્રવ્ય ખરચી તેને નૃત્યાદિની ઉત્તમ કળાઓમાં પ્રવીણ બનાવી.

તેમ આ છોડ્ફીને મેં જે વખતે વેચાતી લીધી તે વખતે ઘણાં માણસોને સાક્ષી રાખી લીધેલ છે અને તે સાક્ષીદારો અહિંયાં મોજુદ છે માટે નામદારે ખાત્રી કરી એવી જોઇએ આ પ્રમાણે વેશ્યાનું ઠાવકું બોલવું સાંભળી ગવાહી (સાક્ષી) ઓને બોલાવી હકીકત મેળવી તો વેશ્યાના કહેવા પ્રમાણેજ વાત જણાવી તેમજ તે છોડીની જબાની લીધી તો તેણે જણાવ્યું કે, ‘હું કેવળ અસમજણી હતી તે વખતે મારી મા મરણ પામી હતી એટલે ચોકસ નથી કહી શકતી કે અમુક વરસે મરણ પામી છે; પરંતુ મારી માના મુઆ પછી મારો બાપ ફકીર થઈ ગયો હતો અને તેજ આ નાયકાને ત્યાં વેચી ગયો હતો ત્યાર પછી મારા બાપની પણ મને ખબર નથી કે તે જીવે છે વા મરણ પામ્યો.

તે છોકરીની આ પ્રમાણે જબાની સાંભળી તો પણ શાહને ખાત્રી પડી નહી કેમકે ’જે કપટનાજ માતા પીતારૂપ મનુષ્યો હોય છે તેઓની સત્ય વારતા તથાપી ખાત્રી થતી નથી અર્થાત જ્ઞાની, પંડીત, સુઘડનર, નૃતય કરનાર (ભવૈયા નાટકવાળી-ભાંડ) રાજા ભાટ કીંવા કવીતા કરનાર તથા કથ્થક લોકો અને વેશ્યા આ આઠ જણાઓ કપટને જન્મ આપનારજ ગણાય છે માટે કોણ જાણે કે શું કાપટય પટય પટુતા કેલવી હશે ?) એમ વીચારી શાહે તે વેશ્યા અને છોકરીને બીજે દીવસે હાજર રહેવાનું ફરમાવી રજા આપી.

ત્યાર પછી તે ફરીયાદીને પુછ્યું કે આ તમારી દીકરીનું નામ શું પાડેલું હતું ? તથા કયા કયા નામથી બોલાવ્યો તે ઝટ બોલતી હતી ? આ પ્રમાણે શાહનું બોલવું સાંભળી ફરીયાદીએ અરજ કરી કે નામદાર ! ન્હાનપણમાં એનુ નામ અમીના પાડ્યું હતું તેમ તેજ નામથી ઝટ દોડી આવતી હતી. તે સાંભળી શાહે પુખ્ત વીચાર સાથે તર્ક ઉઠાવી સત્ય વારતાને એની મેલેજ પ્રકાશમાં લાવવા યુક્તિ રચી.

જ્યારે બીજે દીવસે શાહ કચેરીમાં આવી તખત ઉપર બીરાજમાન થયા અને ચોબદાર પ્રત્યે હુકમ કરયો કે બાહાર અરજદારો પૈકી કાલવાલી છોકરી અમીનાનું નામ પોકારો ! તે

સાંભળી ચોબદારે 'અમીના હાજર છે એમ ત્રણ વખત પોકારો પાડ્યા કે તુરત તે વેશ્યાની છોકરી 'હાજર છું' એમ બોલી અગળ આવી એટલે તેને શાહની હજુર ઉભી કરી. શાહે તે છોકરીને પુછ્યું કે તારૂં નામ 'સકીના' છે છતાં તું 'અમીના નામથી પોકાર પાડ્યે કેમ બોલી ? આ પ્રમાણે શાહનું બોલવું સાંભળી છોકરી બોલી કે 'જી હજુર ! મારો બાપ મને ન્હાનપણમાં 'અમીના' એ નામથી બોલાવતો હતો તેથી સ્વાભાવીક તે નામ સાંભળી હું આપ હજુર હાજર થઇ.'

આ જવાબ સાંભળવાથી શાહની ખાત્રી થઇ કે આ છોકરી ફરીયાદીનીજ છે એમાં જરા શક નથી ! કેમકે જે એના પીતાએ કહેલું નામ હતું તેજ નામથી પોતે બોલી ઉઠી તેથી ખાત્રી થાય છે કોઈ પણ માણસ કોઇ કારણસર પોતાના નામ ઠામ કુલને કૃત્ય કૃત્યને છુપાવ; પણ કોઇ વખતે પણ તેનાથી ખરી વારતા બોલાઇ જાય છે કીંવા ખરી વારતાનો ચીતાર પડી આવે છે એમાં જરા ખોટું નથી !'

એમ ખાત્રી કરી વેશ્યા તથા ખોટી સાક્ષી પુરનારને યોગ્ય શીક્ષા કરી અને તે છોકરીને એકદમ પોતાના પીતાને તાબે થવા ફરજ પાડી, પરંતુ તે ફરીયાદી પ્રત્યે શાહે જણાવ્યું કે હવે આ છોડી તારા ભલામાં રાજી રહેશે નહીં તેમ તેના વડેજ તારો જીવ ખોઇશ માટે જલ્દી કોઈ શોખીન પુરૂષ જોઇ તેને અરપણ કરી દે, કેમકે ખાનપાન અને એેસાઅરામમાં લોલુપ્ત બનેલ છે માટે તે હરામચસ્કો મટશે નહીં માટે તે કાર્ય જલદીથી કર.' આ પ્રમાણે શાહનો હુકમ સાંભળી તેણે તેજ હુકમને માથે ચઢાવી અમલમાં આણ્યો.

વારતાનો સાર એ છે કે ન્યાયની બારીકી તપાસવા માટેની શહેનશાહ અકબરની દીર્ઘદ્રષ્ટી વાપરવાની કેવી ખુબી હતી તથા સત્યનો જય અને પાપનો ક્ષય છે તેમજ સ્ત્રીને એસાઅરામ કરવા મળ્યો એટલે સગા બાપની પણ સગી થતી નથી અને ગમે તેટલી ખરી વાત છુપાવવા કારીગરી કરી પણ છેવટે 'જે અંબે ઉચરાય' તેવો પ્રકાર બન્યા શીવાય રહેજ નહી ? વગેરે વગેરે સાર સમજવો છે.

પ્રીય પાઠકગણ જ્યારે શેહનશાહ અકબર ગુણગ્રાહી આર્ય યવન મંડલ પ્રત્યે સમદરશી, ચતુર, પ્રવીણ, જ્ઞાનવંત, આસ્તીક. સુરવીર. ધઇર્યવાન, ઉદાર અને વચનપાલ-પ્રતીપાલાદી અનેક સદ્‌ગુણોએ કરી સંપન્ન હતો ત્યારે કવીરાજ બીરબલ પણ તેવા ગુણોમાં કાંઇ ન્યુનતા ધરાવનાર નહતો એટલુંજ નહી પણ બીરબલની સ્ત્રી તથા તેની પુત્રી અને પુત્ર પણ મહા બુદ્ધિમાન હતાં.

29
મને મારો માલ અપાવો

• ૨૯. મને મારો માલ અપાવો

એક સમે શાહ અમીર ઉમરાવોની સાથે દરબાર ભરીને બેઠો હતો. એટલામાં કરશનદાસ નામનો એક કાપડની ફેરી કરનાર ભાટીઓ આવી અરજ કરી કે હજુર ? આ બપોરના બાર વાગેથી કાપડ વેહચવા નીકળ્યો છું, તે બે વાગ્યા સુધીમાં દશ રૂપીઆનો માલ વેહચ્યો છે. બપોરનો સખત તાપ લાગવાથી માણેકચોકમાં આવેલા લીંબડાની છાયા નીચે મારા કાપડની ગાંસડી મારા પડખામાં રાખીને સુઇ ગયો હતો.

બે કલાક પછી ઉંઘમાંથી ઉઠ્યો અને જોયું તો ગાંસડી ગુમ થયેલી જણાઇ માટે કરીને તે માલની ગાંસડી લઈ જનારને પકડી, મને મારો માલ અપાવો' આ સાંભળી બીરબલ જે ઠેકાણેથી માલની ગાંસડી ગુમ થઇ હતી, તે ઠેકાણે કાપડની ફેરી કરનાર તથા કેટલાક સીપાઈને લઈને આવ્યો. અને ફેરી કરનારને પુછ્યું કે, 'તમે શી રીતે ગાંસડી મુકી સુતો હતો તે મુજબ સુઇ બતાવ્યું આ જોઇ ઘણા માણસો એકઠા થયા. તે જાણી બીરબલે લીંબડાના થડને પાંચ ફટકા ખેંચી કહાડ્યા અને પોતાનો કાન લીંબડાના થડને અડાડીને જરા ઉભો રહ્યો.

આ જોઇ સઘળા માણસો અરસપરસ વાતો કરવા લાગ્યા કે વળી આ શું ! બીરબલ કાંઇ ગાંડો તો થઈ ગયો નથી ને ? કદી ઝાડ તે બોલતું હશે કે તેને કાન દઇને ઉભો છે, આમ પંદર મીનીટ સુધી બીરબલ લીંબડાના થડની સાથે કાન રાખીને કરસનદાસને કહેવા લાગ્યો કે, આ લીંમડાનું ઝાડ એમ કહે છે કે, જેણે ગાંસડી લીધી હશે તેની પાગડી હમણાં સળગી ઉઠશે, જેવો બીરબલ બોલતો બંધ થયો કે કાનજી સુતાર પોતાની પાઘડી તરત તપાસવા લાગ્યો. આ જોઇને બીરબલે તેને ધ્યાનમાં રાખીને મનમાં બોલ્યો કે, ચોર તો તેજ છે, પણ એટલા ઉપરથીજ તેને ચોર ઠેરાવવો એ ઠીક કહેવાય નહીં.' પછી તે ફરતો ફરતો કાનજી પાસે આવીને જોયું તો કાનજીના ડાબા પડખા ઉપર જનાવરની ચરકનો તાજો ડાઘ જોઇઓ.

ફરીથી લીંબડાના ઝાડને બે ફટકા ફટકાવીને પાંચ મીનીટ કાન રાખીને બીરબલે કરસનદાસને કહ્યું કે, ' આ ઝાડ એમ કહે છે કે જે કાપડની ગાંસડી લઇ જનારની ઉપર મારા ઉપર જે જનાવરો બેઠાં હતાં, તેમાંથી એકે ડાબી બાજુના પડખા ઉપર ચરક નાંખીને ડાગ પાડેલો છે.' આ વાત સાંભળતાંજ કાનજીના મનમાં સાત પાંચ થવા લાગ્યું. કારણ કે એવો કુદરતી નીયમ છે કે જેના પેટમાં જે બીક હોય, તે તેવુંજ દેખે છે, કાનજી સુતાર એક તો જોણે ચોર, વળી કાપડની ગાંસડી લઇ જતી વખતે જનાવરની ચરક પડેલી એ વાત પણ તેને યાદ આવી.

બીરબલે તે શક ઉપરથી કહ્યું. પણ કાનજી સુતારને તો એમ જણાયું કે ઝાડ સઘળી હકીકત બીરબલને કહે છે, પણ તેને ભાગી જવાનો ઇલાજ ન હોવાથી હીંમત રાખીને ઉભો રહ્યો. વળી બીરબલે ઝાડને બે ફટકા મારી બે મીનીટ સુધી કાન રાખી કરસનદાસને કહ્યું કે ' આ લીમડાનું ઝાડ એમ કહે છે કે કાપડની ગાંસડીની ચોરી કરનાર માણસ આ એકઠા થએલા માણસોમાંજ ઉભેલો છે, વળી તેની છાતી ધડકતી હશે, એમ કહીને સીપાઇને હુકમ કર્યો કે, જોવાને મળેલા માણસોમાંથી કોઈ પણ માણસને જવા દેશો નહીં.'

બીરબલનો હુકમ સાંભળતાંજ ચોતરફ ફરી વળ્યા. પછી બીરબલ ચોથી વાર લીમડાના ઝાડને ચાબુકથી મારીને બે મીનીટ સુધી ઝાડના થડ સાથે કાન અડાડી રાખીને કરશનદાસને કહ્યું કે, 'આ ઝાડ ચોથી નીશાની એ આપે છે કે જેણે તમારી ગાંસડી ચોરી છે, તે ઇસમે આ સાથે પાંચમી વાર ચોરી કરી છે તે માટે તેને ફાંસી દેવાની છે.' એમ કહી તરત બીરબલે કાનજી સુતારનો હાથ પકડ્યો. તે જોઇ કાનજીએ કહ્યું કે, 'સાહેબ મને ફાંસીએ લટકાવશો નહીં, હું કસમ ખાઇને કહું છું કે આ ચોરી સીવાય મેં બીજી ચોરીઓ કીધી નથી.' પછી કાનજી સુતાર પાસેથી ગાંસડી લઈને બીરબલે કરશનદાસને સોંપી અને કાનજીને શીક્ષા કરી.

30
ચાર પહેલવાનોની માંગણી

• ૩૦. ચાર પહેલવાનોની માંગણી

એક દીવસે શાહ કચેરીમાં બેઠો હતો તે વખતે જુદા જુદા દેશનાં ચાર જતના ચાર પહેલવાનોએ આવી વીનંતી કરી કે 'અમારે તમારે ત્યાં નોકરી કરવા માટે આવ્યા છીએ.' આ ચાર પહેલવાનોની હકીકત સાંભળી શાહે બીરબલને કહ્યું કે, 'અહો બીરબલ ! આ આવેલા ચારોની એકમેક સાથે કુશ્તી કરાવી જે સરસ નીવડે તેને નોકરી રાખવાથી ત્રણેનું અપમાન કરેલું કહેવાય ? માટે તેમ ન કરતાં ચારમાંથી મજબુત બાંધાવાળો કોણ છે તેની પરીક્ષા કરીને કહો કે રાખવા લાયક કોણ છે ? શાહની આ યુક્તી જાણી બીરબલે તે ચારે પહેલવાનોને કહ્યું કે 'તમે સાંજના છ વાગે આલમ બાગમાં પહેલવાનોનો અખાડો છે ત્યાં આવજો. એટલું કહીને ચારે જણને જવાની રજા આપી.

પછી બીરબલે સીપાઇને કહ્યું કે, 'અખાડાની જગામાં એક છેડાથી તે બીજા છેડા સુધી, અમે જોવા બેસીએ ત્યાં સુધીની પાથરેલી રેતીમાં કાચના ઝીણા ઝીણા કટકા જડાવજો.' બીરબલના કહેવા મુજબ સીપાઇએ કીધું. અને પાંચ વાગે બીરબલ જઇને અખાડાને પાછલે છેડે પાટ ઉપર ગાદી તકીઆ બીછાવીને બેઠા. પછી તે ચારે પહેલવાનો અખાડામાં આવ્યા. અખાડાની અંદર પાથરેલી રેતીમાં જેમ જેમ ચાલવા લાગ્યા તેમ તેમ કાચના ઝીણા કટકાઓ બાવળની શુળોની પેઠે પગમાં ખુંચવા લાગ્યા.

તેથી તેમાંનો એક પહેલવાન તો બેજ પગલાં ભરીને પાછો વળ્યો. અને બીજો તેના કરતાં કાંઇક વધારે મજબુત હોવાથી તે ચારજ પગલાં ભરીને પાછો વળ્યો અને ત્રીજો છ પગલાં ભરીને પાછો ફર્યો, અને ચોથો જે સૌથી મજબુત બાંધાવાળો, હીંમતવાન હતો તે પોતાના પગમાં ગમે તેટલા કાચ વાગવા છતાં, પણ તેની પરવા ન રાખતાં ઉતાવળી ચાલે ચાલીને શાહ અને બીરબલ પાસે ઉભો. આ જોઇ બીરબલે તેને સાલ પાઘડી આપી. અને શાહને કહ્યું કે 'આ પહેલવાનને દરબારમાં રાખવા લાયક છે.' બીરબલના કહેવાથી શાહે તે પહેલવાનને પગાર કરી રાખ્યો. બીરબલની ચાલાકી જોઇ શાહ ઘણો ખુશી થયો.

સાર--બુદ્ધિશાળી પુરૂષો કેવી રીતે પરીક્ષા કરી નબળા સબળા માણસને પારખી કાઢે છે.

31
દરેક વ્યક્તિ પત્નીથી ડરે

• ૩૧. દરેક વ્યક્તિ પત્નીથી ડરે

અકબર બિરબલની સાથે સાંજે બાગમાં ફરી રહ્યાં હતાં. અકબરે અચાનક બીરબલને પુછ્યું, સાંભળ્યું છે કે તુ તારી પત્નીથી ખુબ જ ડરે છે. તેણે ધીરેથી કહ્યુ કે, માત્ર હું જ નહિ પણ આપણ રાજ્યનો દરેક વ્યક્તિ પોતાની પત્નીથી ડરે છે. મહારાજે, બિરબલ સામે ત્રાંસી નજરે જોતા કહ્યુ કે, તુ તારી નબળાઈને સંતાડવા માટે બધા લોકો પર આરોપ ન લગાવ.

અકબરે કહ્યુ, શું તુ તારી વાતને સાબિત કરી શકે છે? બિરબલે તુરંત જ હા પાડી દિધી.

બીરબલે બધા જ પુરૂષોની એક સભા બોલાવવાનો આદેશ રજુ કર્યો.

એક નક્કી કરેલા દિવસે શહેરના બધા જ પુરૂષો ત્યાં આવી પહોચ્યાં. બીરબલે બધાને પુછવાનું શરૂ કર્યું કે શું તેઓ પોતની પત્નીથી ડરે છે. મોટા ભાગના લોકોએ કબુલ કર્યું કે હા તેઓ કોઈ ને કોઈ કારણને લીધે પોતાની પત્નીથી ડરે છે. બિરબલે તે બધા જ લોકોને હાથમાં એક એક ઈંડુ પકડાવી દિધું અને બાજુમાં બેસવા માટે કહ્યુ.

આ જોઈને બધાને ખુબ જ આશ્ચર્ય થયું. ત્યારે એક નવયુવાને કહ્યુ કે, પત્નીથી શું ડરવાનું તે તો પગના જોડા સમાન છે. અકબરને થોડીક રાહત થઈ કે, ચાલો કોઈ તો નીકળ્યુ જેણે આટલી વાત કહેવાની હિંમત કરી. બાદશાહે ખુશ થઈને તેને એક કાળો ઘોડો ઈનામમાં આપ્યો.

ઘોડો લઈને તે પોતાના ઘરે પહોચ્યો ત્યારે તેની પત્નીએ હેરાન થતાં પુછ્યું, આ ઘોડો ક્યાંથી લાવ્યાં છો! નવયુવાને આખી વાત પોતાની પત્નીને કરી. પત્નીએ કહ્યું, તમે પણ ! ઘોડો લાવવો જ હતો તો સફેદ ઘોડો લાવવો હતો ને ! નવયુવાને કહ્યું, સારૂ છે હું હમણાં જ જઈને આ ઘોડો બદલાવીને લાવું છું.

થોડી વાર પછી તે દરબારમાં પહોચ્યો અને બીરબલને પ્રાર્થના કરવા લાગ્યો કે મારી પત્નીને આ કાળો ઘોડો નથી ગમતો. તો મને સફેદ ઘોડો આપો. બીરબલે કહ્યું, આ ઘોડો અંદર બાંધી દે અને આ ઈંડુ લઈને ઘરે જા. બાદશાહે પુછ્યું, શું વાત થઈ? બીરબલે કહ્યું,

આ નવયુવાન પહેલા તો કહી રહ્યો હતો કે તે પોતાની પત્નીથી ડરતો નથી પરંતુ જ્યારે તેની પત્નીએ કાળા ઘોડાની જગ્યાએ સફેદ ઘોડો માંગ્યો ત્યારે તે તેને ના પાડી શક્યો નહિ.

બીરબલે કહ્યું, જહાઁપનાહ આની પત્ની ખુબ જ સુંદર છે. તેને તે તો શું કોઈ પણ ના પાડી શકે તેમ નથી. અકબરે કહ્યું, ખરેખર જો આવી વાત હોય તો હું પણ આવી સ્ત્રીને જોવા માંગીશ. તુ કોઈ પણ રીતે તૈયારી કરાવડાવ. હા પરંતુ એક વાતનું ધ્યાન રાખજે આ વાતની ખબર મારી બેગમને ના પડે. બીરબલે હસતાં હસતાં કહ્યું, જહાઁપનાહ તમે એકલા જ બચ્યાં હતાં. તો લો તમે પણ આ ઈંડુ પકડો.

છેલ્લે બાદશાહ માની ગયાં કે દરેક પુરૂષ પોતાની પત્નીથી ડરે છે.

32

બુદ્ધિમાં કોણ ચઢિયાતુ ?

• ૩૨. બુદ્ધિમાં કોણ ચઢિયાતુ ?

બાદશાહ અકબરના દરબારમાં બીરબલ ખૂબ જ બુધ્ધિશાળી હતા. બાદશાહ તેથી બીરબલને ખૂબ જ ચાહતા હતા અને તેને માન-સન્માન પણ આપતા. બીજા દરબારીઓને આ વાત બિલકુલ પસંદ નહોતી. તેમની નજરમાં બીરબલ કાંકરાની જેમ ખૂંચતો હતો. અકબર આ વાત જાણતા હતા, પણ તે કશુ બોલતાં નહોતા. એક દિવસ તેમણે આ વાત દરબારીઓને સમજાવવાનું નક્કી કર્યું.

તે દિવસે તેમણે બધા દરબારીઓને કહ્યુ કે ‘ બીરબલ તમારા બધાથી વધુ બુધ્ધિશાળી છે, તમે ચાહો તો તમે પણ મારા પ્રિય બની શકો છો, હું એક ચાદર લાવ્યો છુ, હું જ્યારે અહીં સૂઈ જાઉ ત્યારે તમારે મને તે ચાદર ઓઢાડી બતાડવી, જે મને ચાદર પૂરી રીતે ઓઢાડશે તેને પણ બીરબલ જેવું જ માન સન્માન મળશે. ચાદર ત્રણ ફુટ પહોળી અને ચાર ફુટ લાંબી હતી. અકબર દરબારમાં વચ્ચે જઈને ઉંઘી ગયા. બધા દરબારીઓએ વારાફરતી આવીને ચાદર ઓઢાડવાનો પ્રયત્ન કર્યો પણ કોઈ અકબર રાજાને પૂરી રીતે ઢાંકી ન શક્યુ.

થોડીવારમાં બીરબલ આવ્યા, તેમણે તો મનમાં વિચારી જ રાખ્યું હતુ કે શુ કરવાનું છે. રાજાએ સૌને કહ્યું કે ચાલો હવે જોઈએ કે બીરબલ શુ કરે છે? બધાની નજર બીરબલ પર જ હતી. બીરબલે ચાદર લીધી અને રાજાની આસપાસ ફર્યા પછી બોલ્યા કે તમે પગ વાળી લો, જેવા રાજાએ પગ વાળ્યા કે તરત જ બીરબલે તેમને ચાદર ઓઢાડી દીધી. આમ, રાજા પૂરી રીતે ઢંકાઈ ગયા.

પછી રાજાએ દરબારીઓને કહ્યુ કે ’જોયુ તમે ? હવે તો તમે બીરબલની બુધ્ધિને માનો છો ને ?

બધા દરબારીઓના મોઢા પડી ગયા, અને તેઓ મનોમન પોતાની જાતને દોષ આપવા લાગ્યા કે થોડી બુધ્ધિ વાપરી હોત તો આ તો તેઓ પણ કરી શકતાં હતાં.

33
મોરનાં ઈંડા

* ૩૩. મોરનાં ઈંડા

એક વખત અકબર બાદશાહ પોતાનો દરબાર ભરીને બેઠા હતા. આજુબાજુ બાદશાહનું મંત્રીગણ બિરાજેલું હતું. મંત્રીઓ અને સભાસદો અલકમલકની વાતો કરી રહ્યાં હતાં. પણ આ મંત્રીગણ અને સભાસદોની વચ્ચે બાદશાહ અકબરને બિરબલની ગેરહાજરી ખલી રહી હતી તેથી તેઓ પણ ચૂપચાપ સહુની વાતો સાંભળતાં હતાં. સહુની વાતો સાંભળતાં સાંભળતાં બાદશાહ અકબરને એક વિચાર આવ્યો.

તરત જ તેણે સૌ સભાસદોને પ્રશ્ન કર્યો કહો એવું કોણ છે જે પાણી વગર જીવી શકે છે ને જેને પાણી પીવડાવો તો એ મરી જાય એવું કોણ છે? સૌ સભાસદો તો બાદશાહ અકબરનો આ પ્રશ્ન સાંભળીને અવાચક બની ગયાં અને વિચારવા લાગ્યા કે એવું કોણ છે જે પાણી વગર રહી શકે છે. ઘણું વિચારવા છતાં કોઈને પણ ખબર ન પડી, તેથી સૌ ચૂપ થઈને બેસી ગયાં.

સૌને ચૂપ બેસેલા જોઈ બાદશાહ અકબરે દરબારને કહ્યું કે એક અઠવાડિયાની અંદર મને મારા પ્રશ્નનો જવાબ જોઈએ. બાદશાહની વાત સાંભળીને સહુ દરબારી ડરી ગયાં તેથી ચૂપચાપ માથું નીચે કરી તેઓ પોતાના ઘર તરફ ચાલી નીકળ્યાં. રોજ સભા ભરાતી, રોજ મંત્રીગણ ભેગું થતું, રોજ અકબર બાદશાહ પ્રશ્ન પૂછતા પણ રોજ સૌ નિરુત્તર રહી જતાં. ધીમે ધીમે કરીને અઠવાડીયાની અવધિ પૂરી થવા આવી તેમ બાદશાહ અકબર પણ ગુસ્સામાં આવીને મંત્રીગણો તરફ રૂક્ષ થવા લાગ્યા.

બાદશાહ અકબરને સભાસદો પ્રત્યે ક્રોધિત અને રૂક્ષ થયેલા જોઈ સહુ મંત્રીગણ પરસ્પર વિચારવા લાગ્યા કે હવે બિરબલજી જલ્દી આવી જાય તો સારું કારણ કે બાદશાહનાં અંતરંગી સવાલોનાં જવાબ તો ફક્ત તેઓ જ દઈ શકે છે. આમ કરતાં કરતાં અઠવાડીયાનાં ૬ ઠ્ઠો દિવસ પણ પૂરો થવા આવ્યો હતો ત્યાં જ સભાસદોએ બિરબલને બહારગામથી આવતા જોયા તરત જ સભાસદો બિરબલ પાસે દોડી ગયાં અને પોતાને

બચાવવા વિનંતી કરી બાદશાહનો પ્રશ્ન કહી સંભળાવ્યો.

બિરબલે સહુ દરબારીને શાંત કર્યા અને કહ્યું તેઓ આવતી કાલે બાદશાહને મનાવી લેશે સહુ દરબારી નચિંત બનીને ઘરે જાઓ. બિરબલની વાત સાંભળીને બધા જ દરબારીઓ બિરબલનો જયઘોષ કરતાં કરતાં ઘેર ગયાં અને બિરબલ પણ વિચારતો વિચારતો પોતાના ઘરે ગયો.

પિતા બિરબલને ઘરે આવેલ જોઈ તેની દીકરી ખૂબ હર્ષિત થઈ પણ પિતાને આમ વિચારમગ્ન જોઈ દીકરી પૂછવા લાગી કે પિતાજી આમ આપ શું વિચારી રહ્યાં છો? આપનો ચહેરો ચિંતાતુર કેમ છે? ત્યારે બિરબલે બાદશાહ અકબરનાં પ્રશ્નની વાત કરી આ સાંભળીને દીકરીએ કહ્યું પિતાજી આપ પણ નચિંત બનીને સૂઈ જાવ કાલે દરબારમાં હું તમારી સાથે આવીશ અને તમારા પ્રશ્નનો જવાબ આપીશ.

દીકરીની વાત સાંભળીને બિરબલજી પણ આનંદિત થઈ, નચિંત બની ને સૂઈ ગયાં. બીજે દિવસની સવારે બિરબલજી પોતાની દીકરીને લઈ દરબારમાં ગયાં. બાદશાહ અકબર બિરબલને જોઈને પ્રસન્ન તો થયા પણ તરત જ તેને સભામાં હાજર રહેલા સહુને સૌને પ્રશ્ન પૂછ્યો ત્યારે દરબારીઓએ કહ્યું કે તેમને તો બાદશાહનાં સવાલનો જવાબ મળ્યો નથી પણ બિરબલજી એ સવાલનો જવાબ ચોક્કસ આપશે.

આ સાંભળીને બાદશાહે બિરબલને કહ્યું મારા સવાલનો જવાબ આપ કે એવું કોણ છે જે પાણી વગર જીવી શકે છે ને પાણી પીને મરી જાય છે? બાદશાહની વાત સાંભળીને બિરબલજીએ કહ્યું જહાંપનાહ આપના સવાલનો ઉત્તર હું નહીં પણ મારી દીકરી આપશે. પછી પોતાની દીકરી તરફ જોઈ બિરબલજી કહેવા લાગ્યાં કે વ્હાલી દીકરી બાદશાહનાં સવાલનો જવાબ આપો.

ત્યારે બાદશાહ અકબર વિચારવા લાગ્યાં કે મોટા મોટા મંત્રીઓ જે જવાબ નથી આપી શકતાં તે જવાબ આ આવડી ટેટા જેવી દીકરી શું આપશે ત્યાં જ બિરબલજીની દીકરી ઊભી થઈ બાદશાહ પાસે આવી કહેવા લાગી કે જહાંપનાહ આપનાં સવાલનો જવાબ જાણવા માટે હું કહું તે પ્રમાણે કરવું પડશે.

દીકરીની વાત સાંભળીને બાદશાહે હા કહી તેથી દીકરી કહે જહાંપનાહ આપનાં હાથની હથેળી ખોલો તો. બાદશાહે દીકરીની વાત સાંભળી પોતાની હથેળી ખોલી તો બિરબલજીની દીકરીએ ઊભા થઈ બાદશાહ અકબરની હથેળીમાં કશુક મૂક્યું પછી તરત જ બાદશાહની હથેળી બંધ કરાવી દીધી. પળ-બે પળ થઈ ત્યાં દીકરીએ પુછ્યું જહાંપનાહ કેવું થાય છે? ત્યારે બાદશાહ બોલ્યા બેટા હથેલીમાં કાંઈક સળવળે છે. આથી દીકરીએ બાદશાહની હથેળી ખોલાવી. બાદશાહે જોયું કે પોતાની હથેળીમાં તો થોડી વિવિધ પ્રકારની ઇયળો અને કીડા હતાં.

આ જોઈને બાદશાહને ચીતરી ચઢી તેથી બાદશાહે મ્હોં બગાડીને હથેળીની દિશા વાળી દીધી તો બધી જ ઇયળો અને કીડા નીચે પડી ગયાં પછી બાદશાહે ક્રોધિત પૂછ્યું બિરબલજી આ શું છે?

બાદશાહની વાત સાંભળી બિરબલજીની દીકરી ફટ કરતી બોલી ઉઠી જહાંપનાહ એ તો આપના સવાલનો જવાબ છે. આ ઇયળો અને આ કીડા તે સૂકા અનાજમાં થાય છે આ અનાજમાં પાણી નથી હોતું તેમ છતાં પણ તેઓ જીવે છે ઉપરાંત આ બધી ઇયળો અને કીડાને પાણીમાં નાખો તો પાણી પીને મરી જાય છે કારણ કે આ જીવો એવા છે જેમને પાણીની નહીં પણ સૂકા અનાજની જરૂર છે. બિરબલજીની નાનીશી દીકરીની વાત સાંભળી બાદશાહ અકબર ખુશ ખુશ થઈ ગયાં અને બિરબલજીની દીકરીને ઈનામ આપી તેનું સન્માન કર્યું પછી કહેવા લાગ્યાં કે બિરબલજી જેવા આપ ચતુર છો તેવી જ આપની દીકરી.....પણ ચતુર છે બિરબલજી મોરનાં ઈંડા ચીતરવા નો પડે હો......

34
વજીર

* ૩૪. વજીર

બીરબલ અકબરનો પ્રિય મિત્ર અને વજીર હતો. અકબર બધીજ વાતમાં તેની સલાહ લેતા. રાજયમાં બીરબલ કહે તેમ જ થાય. તેથી ઘણા દરબારી ઓને બીરબલની ઇર્ષાં થતી. તેઓ બીરબલને વજીર પદેથી દુર કરવાનું કાવતરૂ ઘડીને બાદશાહ પાસે ગયાં અને બોલ્યાં, જહાંપનાહ ! આપના દરબારમાં તાનસેન જેવો શ્રેષ્ઠ સંગીતકાર છે, અકબર કહે હા ! હું તે જાણું છુ પણ તેનું અત્યારે શું છે, દરબારીઓ કહે કે બાદશાહ આપને શું એવું નથી લાગતું કે બીરબલની જગ્યાએ તાનસેન આપનો વજીર હોવો જોઇએ.

અકબર દરબારી ઓની ચાલ સમજી ગયો. છતાં તેણે કહ્યું કે કસોટી કર્યાં વગર તાનસેનને વજીર પદ આપી ન શકું. જો એ મારી કસોટી માંથી સફળ થશે તો બીરબલને બદલે એને વજીરનું પદ ચોક્કસ આપીશ. દરબારીઓ મલકાયાં. અકબરે તાનસેન અને બીરબલને બોલાવ્યાં. બંને ને દરબારી ઓની ઇચ્છા જણાવી. તેણે એક પત્ર લખીને કવરમાં બંધ કરીને આપ્યો.પછી કહ્યું તમે હમણાં જ ઇરાનનાં બાદશાહ પાસે જાઓ,આ પત્ર તેને આપજો અને તેનો જવાબ લેતા આવજો. તરત જ બંન્ને જણાં ઇરાન જવા રવાના થયાં.ઇરાન પહોંચીને તેમણે ઇરાનના બાદશાહને અકબરનો પત્ર આપ્યો.

ઇરાનનાં બાદશાહને નવાઇ લાગી એને થયું કે આ બે જણાંને ફાંસી આપવા માટે છેક અહી મોકલવાની જરૂર શી હતી. પછી તેણે બીરબલ અને તાનસેનને કહ્યું આમાં તમને ફાંસી આપવાનું કહ્યું છે.તાનસેન તો આ વાત સાંભળીને ડરથી ધ્રુજી ગયો. એના આખા શરીરે પરસેવો વળી ગયો. એણે બીરબલને કહ્યું કે તું ગમે તેમ કરીને મારો જીવ બચાવી લે મારે વજીર નથીથવું.

બીરબલે તાનસેનનાં કાનમાં કાંઇક કહ્યું, એટલે તાનસેન શાંત થયો. એનામાં થોડીક હિંમત આવી. સિપાઇઓ બંન્ને સીળી પાસે લઇ ગયાં. ત્યાં બિરબલ એકદમ આગળ આવીને જલ્લાદને કહ્યું કે પહેલા મને સૂળી ચડાવો. તાનસેને કહ્યું ના પહેલા મને સૂળીએ ચડાવો.

વાત વધી ગઇ. બેય રકઝક કરવા લાગ્યાં. જલ્લાદને નવાઇ લાગી એણે બાદશાહને આ ખબર પહોંચાડી. બાદશાહે બંન્ને 'દરબારમાં પાછા બાલાવ્યાં. તમે બંન્ને કે મરવા માટે ઝઘડો છો.? બીરબલ કહે કે એ કાયં કહી શકાય એવીં નથી. મને પહેલા શૂળીએ ચડાવી 'દો. બાદશાહ કહે હવે તો કારણ જાણીયા વિના હું તમને શૂળીએ ચડાવી ન શકું. બીરબલ કહે કે અમારા બાદશાહને તમારૂ રાજય જીતવું છે તમે પવિત્ર માણસ છો એટલે તેઓ તેમાં સફળ થતાં નથી. એમના ગુરૂએ જ કહ્યું છે કે જો ઇરાનનાં બાદશાહને હાથે બે નિર્દોષ માણસોની હત્યાં થાય તો જ તમને ઇરાન ઉપર જીત મેળવી શકશો. આથી અમને બંન્નેને બાદશાહે તમારી પાસે મોકલ્યાં છે. બાદશાહે કહ્યું હવે હું આ વાત સમજયો, પણ તમે બંન્ને જણા પાછા એકબીજા કરતા પહેલા મરવા માટે કેમ ઝઘડો છો. ? બીરબલે કહ્યું તમે બંન્ને નિર્દોષ છો. તેથી તમારા માંથી જે પહેલો મરશે તે બીજા જન્મમાં રાજા થશે, જે બીજો મરશે તે તેનો વજીર થશે. મારે રાજા જ થવું છે એટલે તમે મને પહેલા શૂળીએ ચડાવી 'દો.ઇરાનનાં બાદશાહે કહ્યું હું શા માટે બે નિર્દોષ માણસોની હત્યાં કરું. હું તમને હુકમ કરું છુ કે તમે અત્યારે ને અત્યારે તમારા વતનમાં પાછા ચાલ્યા જાઓ.

તાનસેન અને બીરબલ અકબર પાસે જીવતા પાછા આવી ગયા, એટલે અકબર કઇંક બોલે એ પહેલાં તાનસેન બોલ્યો જહાંપનાહ ! વજીરનાં પદ માટે તો બીરબલ જ લાયક છે. તમે તેને જ વજીર બનાવો. મારે વજીર થવું નથી. પછી જયાંરે તાનસેને બધી વાત કરી ત્યારે અકબર ઊઠીને બીરબલને ભેટી પડયો. ત્યારે બધા દરબારીઓ જોઇ રહ્યાં.

35
પરદેશી કલાકાર

• ૩૫. પરદેશી કલાકાર

એક વાર બાદશાહ અકબર તેમના દરબારીઓ સાથે ટોળટપ્પાં કરતા હતા. એ જ વખતે એક દરવાન દરબારમાં પ્રવેશ્યો. તેણે કહ્યું, 'જહાંપનાહ, કોઈ પરદેશી કલાકાર તમને મળવા માગે છે.' બાદશાહે તેને આવવાની મંજૂરી આપી. થોડી વારમાં જ એક વ્યક્તિએ દરબારમાં પગ મૂક્યો. તેની પાસે એક મોટું પીંજરું હતું અને પીંજરામાં સિંહ હતો. દરબારીઓને પણ એ જોઈને નવાઈ લાગી.

કલાકારે કહ્યું, 'જહાંપનાહ, મેં તમારા ખૂબ જ વખાણ સાંભળ્યા છે. તમારા દરબારમાં પંડિતો, વિદ્વાનો છે. નવ રત્નો છે. પણ હું એ બધાને પડકારું છું કે પીંજરું ખોલ્યા વગર અને સિંહને અડયા વગર એનો નાશ કરનાર કોઈ ખડતલ, સાહસકિ માણસ તમારા દરબારમાં છે?

જે માણસ મારા કહ્યા પ્રમાણે કરી બતાવશે તેને હું પાંચસો સોનામહોર આપીશ, પણ જો તે નિષ્ફળ જશે તો એણે મને પાંચસો સોનામહોર આપવી પડશે.'

કલાકારની વાત સાંભળી આખો દરબાર વિચારમાં પડી ગયો. ખુદ બાદશાહ અકબર પણ ચોંકી ગયા, 'આવું તો કેમ બને?'

એક-એક કરીને દરબારીઓ પીંજરા પાસે આવ્યા પણ બધાને નિષ્ફળતા સાંપડી. બાદશાહને પણ થયું કે તેમની આબરુ આજે કોઈ નહીં બચાવી શકે. છેવટે બીરબલે તે કલાકારને કહ્યું, 'હું આ કામ કરી બતાવીશ.' એમ કહી બીરબલે સેવકોને બોલાવ્યા અને સૂકાં લાકડાં લાવવા માટે કહ્યું. લાકડા મંગાવીને પીંજરાની આજુબાજુ ગોઠવી દીધા.

ત્યાર પછી બીરબલે કહ્યું, હવે આ લાકડા સળગાવો. સેવકોએ લાકડા સળગાવ્યા કે તરત જ બળવા માંડયા. લાકડા બળતા ગયા એમ એનો તાપ પણ સખત વધતો ગયો અને સિંહ પણ અદૃશ્ય થવા માંડયો. થોડી જ વારમાં પીંજરું ખાલી થઈ ગયું. બાદશાહ અકબર અને દરબારીઓની નવાઈનો પાર ન રહ્યો.

બાદશાહે પૂછ્યું, 'બીરબલ, તેં આ કેવી રીતે કર્યું?'તો બીરબલે કહ્યું, 'જહાંપનાહ, સિંહ મીણનો બનાવેલો હતો. તેથી મેં લાકડા મંગાવ્યા અને આગ લગાવડાવી. જેના કારણે મીણ ઓગળવા માંડયું. આમ, હાથ લગાડયા વગર જ સિંહનો નાશ થયો.'

કલાકારે બીરબલને કહ્યું, 'હું ઘણા રાજયોમાં સિંહ લઈને ફર્યોહતો, પણ તમારા જેવા બુદ્ધિશાળી કોઈ ન મળ્યા. શરત પ્રમાણે લો આ પાંચસો સોનામહોરો.'બીરબલે કલાકારની કલાની કદર કરી અને સોનમહોરની થેલી તેને પાછી સોંપી. બાદશાહ અકબરે પણ પ્રસન્ન થઈ કલાકારને પાંચસો સોનામહોર આપી.

36
પ્રશ્નના જવાબમાં પ્રશ્ન

• ૩૬. પ્રશ્નના જવાબમાં પ્રશ્ન

એક દિવસ અકબરે બિરબલને પૂછ્યું;"બિરબલ, તું કહી શકે કે તારી પત્નીએ કેટલી બંગડીઓ પહેરેલી છે?" બિરબલ કહે;"ના,હજૂર.મને ખબર નથી.

" અકબર કહે;" તને ખબર નથી? રોજ તું એનો હાથ જુએ છે છતાં તને ખબર નથી..કેટલું ખરાબ કહેવાય.

"બિરબલે કશો જવાબ ના આપ્યો.થોડા સમય પછી બિરબલ બોલ્યો;"ચાલો હજૂર, આપણે બગીચામાં જઈએ અને ત્યાં હું તમને તમારા પ્રશ્નનો જવાબ આપીશ. બંને જણા નાનકડી સીડી ઉતરીને નીચે ગયા અને બગીચામાં ફરવા લાગ્યા. અકબર ફરી બોલ્યો"બિરબલ તેં મારા પ્રશ્નનો જવાબ ના આપ્યો.

"બિરબલ બોલ્યો;"નામદાર,પહેલા તમે મને કહો કે આપણે જે સીડી ઉતરીને આવ્યા તે તમે દિવસમાં કેટલીય વાર ઉતરતા હશો, ખરું ને?"અકબર કહે;"હા," બિરબલ તરત બોલ્યો ;તો હવે તમે કહો કે તેમાં કેટલા પગથિયા છે?"અકબર હસી પડ્યો અને બોલ્યો;"મને મારા સવાલનો જવાબ મળી ગયો ..તુ ઘણો ચાલાક છે."અને અકબરે વાતનો વિષય બદલી નાંખ્યો.

37
બીરબલની ખીચડી

- ૩૭. બીરબલની ખીચડી

એક દિવસ નગરમાં એક યુવાન હઠયોગી આવ્યો.તેનું શરીર ભારે કસાયેલું હતું.તે જાતજાતના શારીરિક કરતબ કરતો હતો.તે પ્રોત્સાહન મેળવવા માટે અકબર બાદશાહના દરબારમાં આવ્યો. તેણે બાદશાહને પોતાની આવડત વિશે જણાવ્યું.ત્યારે એક લુચ્ચા દરબારીએ કહ્યું,''એવા શારીરિક દાવપેચ તો કોઈપણ અભ્યાસુ કરી શકે.જો તું કંઈક નવું કરવા માગતો હો તો આ કડકડતી ઠંડીમાં ચોવીસ કલાક નદીમાં છાતી સુધી પાણીમાં ઊભો રહી શકે તો તું સાચો હઠયોગી!'' તેના જવાબમાં તે યુવાને કહ્યું,'' જો જહાંપનાહ,મને મંજૂરી આપે તો હું નદીમાં ચોવીસ કલાક ઊભો રહીશ. મને કોઈ તકલીફ નહીં પડે.''

અકબર બાદશાહે રજા આપી. તે યુવાન એવી કડકડતી ઠંડીના દિવસોમાં,છાતી સુધી પાણીમાં ચોવીસ કલાક ઊભો રહ્યો. લોકોએ તથા બાદશાહે પણ તે જોયું. ચોવીસ કલાક પૂરા થયા એટલે તે યુવાન ઈનામ મળવાની આશાએ ફરીથી દરબારમાં આવ્યો. ત્યારે અકબર બાદશાહે સહજ ભાવે પૂછયું,''યુવાન,તેં ખરેખર કમાલ કરી છે. દિવસના તો ઠીક પણ તેં આખી રાત કેવી રીતે પસાર કરી?''

''અન્નદાતા. રાત્રે હું નદીમાં ઊભો ઊભો આપના મહેલમાં સળગતો દીવો જોતો રહ્યો અને મારી રાત કયારે પસાર થઈ ગઈ તે મને ખબર જ ન પડી!'' યુવાને આ જવાબ આપ્યો ત્યારે પેલા લુચ્ચા દરબારીએ કહ્યું, ''જહાંપનાહ, આ યુવાને તો કંઈ કમાલ નથી કરી. એ તો આપના મહેલના દીવા માંથી મળતી ગરમીને કારણે ઠંડીમાં રાત પસાર કરી શકયો છે.એ સાવ સામાન્ય વાત છે.''અકબર બાદશાહ પણ લુચ્ચા દરબારીની વાત માં આવી ગયા.તેમણે યુવાનને કંઈ પણ ઈનામ ન આપ્યું. યુવાન નિરાશ થઈ ચાલ્યો ગયો.આ બધું બન્યું ત્યારે બીરબલે ચૂપચાપ જોયા કર્યું. પરંતુ બીજા દિવસથી બીરબલે દરબારમાં આવવાનું બંધ કર્યું. બે-ત્રણ દિવસ થઈ ગયાં છતાં બીરબલ દરબારમાં ન આવ્યો એટલે અકબર બાદશાહે બીરબલને તેડાવવા માણસ મોકલ્યો. થોડીવાર પછી તે

માણસ પાછો આવ્યો અને કહ્યું," જહાંપનાહ, બીરબલે કહ્યું કે હું ખીચડી બનાવું છું. જેવી મારી ખીચડી બની જાય,પછી તરત જ ખીચડી ખાઈને હું દરબારમાં આવીશ."

ફરી બે દિવસ થઈ ગયા છતાં બીરબલ દરબારમાં ન આવ્યો,એટલે બાદશાહે નોકરને ફરી બીરબલને બોલાવવા મોકલ્યો.નોકરે પાછા આવી કહ્યું,"જહાંપનાહ,બીરબલ કહે છે કે મારી ખીચડી હજી સુધી પાકી નથી. જયારે ખીચડી પાકી જશે ત્યારે હું તે ખાઈને દરબારમાં આવીશ."

આ જવાબ સાંભળી બાદશાહ વિચારમાં પડી ગયા. થયું કે"લાવ હું જ જઈને જોઈ આવું કે બીરબલ કેવી ખીચડી બનાવે છે!"

અકબર બાદશાહ દરબારીઓને લઈ બીરબલ જયાં બેઠો હતો ત્યાં ગયાં.ત્યાં જઈ તેમણે જોયું તો ત્રણ લાંબા વાંસની ઘાડી બનાવી બીરબલે વાંસની ઉપર ખીચડીની હાંડલી લટકાવી હતી અને નીચે જમીન ઉપર આગ સળગાવી હતી. આ જોઈ બાદશાહે કહ્યું,"આ શું ખેલ કરી રહ્યો છે! બીરબલ,અગ્નિથી આટલી અદ્ધર રાખીને ખીચડી કોઈ દિવસ પાકતી હશે?"

"હજૂર, જરૂર પાકી જશે."બીરબલે કહ્યું.

"કેવી રીતે?" બાદશાહે કહ્યું.

"જહાંપનાહ,જેવી રીતે મહેલમાં સળગતા દીવાની ગરમીથી દૂર નદીમાં ઊભેલો પહેલો હઠયોગી ઠંડી ઉડાડી રહ્યો હતો,તેમ આટલી અદ્ધર રાખેલી ખીચડી પણ પાકી થઈ જશે."બીરબલે જવાબ આપ્યો. અકબર બાદશાહ બીરબલની આ દલીલ સાંભળી શરમાયા.

બીજે દિવસે તેમણે પેલા હઠયોગીને તેડાવી તેને ઈનામ આપ્યું.

38
માતૃત્વનો ન્યાય

- ૩૮. માતૃત્વનો ન્યાય

એક સમયે અકબર બાદશાહનાં દરબારમાં બે સ્ત્રીઓ લડતી ઝગડતી આવી. ત્યારે બાદશાહે તેમને પૂછ્યું કે આપનો ઝગડો શાને માટે છે?

ત્યારે એક સ્ત્રી કહે કે જહાંપનાહ આ મારુ બાળક છે અને આ સ્ત્રી તેની ઉપર પોતાનો હક્ક જમાવી રહી છે.

ત્યારે બીજી સ્ત્રી કહે ના ના જહાંપનાહ આ બાળક મારુ છે આ સ્ત્રી જૂઠું બોલી રહી છે. આમ બંને સ્ત્રીઓ મારૂ બાળક, મારૂ બાળક કહી ફરીથી ઝગડવા લાગી. તે બંને સ્ત્રીઓની બાળક માટેની ઉગ્ર દલીલો જોઈ બાદશાહ અકબરે બિરબલને પૂછ્યું કે આમાં કઈ સ્ત્રી સાચું બોલે છે અને કઈ સ્ત્રી ખોટું બોલે છે તેમ કેમ ખબર પડશે?

બાદશાહનો પ્રશ્ન સાંભળી બિરબલે બાદશાહ ને કહ્યું કે જહાંપનાહ આપ આજ્ઞા કરો તો હું હમણાં જ આ ઝગડાનો ફેંસલો કરી આપું. બિરબલની વાત સાંભળીને અકબર બાદશાહ કહે હાં હાં બિરબલજી નેકી ઔર પૂછ પૂછ!!! આપ જલ્દીથી ફેંસલો કરો. બાદશાહની વાત સાંભળીને બિરબલજી બંને સ્ત્રીઓ પાસે આવ્યાં અને તેમના હાથમાંથી બાળક લઈ લીધું અને તેને જમીન પર સુવડાવી પોતાની તલવાર મ્યાનમાંથી બહાર કાઢી.

આ તલવાર જોઈ એક સ્ત્રી બોલી ઉઠી આપ શું કરો છો હુઝૂર?

આથી બિરબલ કહે આપ બંનેનાં ઝગડાનો અંત લાવું છું.

આ સાંભળીને પહેલી સ્ત્રી પૂછવા લાગી ઝગડાનો અંત એટ્લે......

ત્યારે બિરબલ કહે કે આ બાળકનાં બે ટુકડા કરીશ અને આપ બંનેને અડધા અડધા ટુકડા આપીશ જેથી આપ બંને માતાઓનો તેના પર અધિકાર કહે એમ કહી બિરબલ બંને સ્ત્રીઓને પૂછવા લાગ્યો કે કેમ હું બરાબર કહું છું ને? બિરબલજીની વાત સાંભળીને એક સ્ત્રી કહે હા હા આપ બરાબર કહો છો, જ્યારે બીજી સ્ત્રી કહે ના નાં એમ ન કરશો?

ત્યારે બિરબલે તે સ્ત્રીને પૂછ્યું એમ કેમ ન કરું?

ત્યારે તે સ્ત્રી કહે આપ એમ કરશો તો તે બાળક મરી જશે. મારુ બાળક મારાથી દૂર રહેશે તે ચાલશે હું તેના વગર જીવી લઇશ પણ તે મૃત્યુ પામશે તો તેની સાથે હું યે મરી જઈશ. માટે હુઝૂર આપ તે બાળક આ સ્ત્રીને જ આપો આ જ સ્ત્રી તેની સાચી માતા છે, હુઝૂર આપ મારા બાળકને તેની સાચી માતાના હાથમાં સોંપી દો પણ કૃપા કરીને આપ આપની તલવાર પણ મારા બાળકથી દૂર રાખો.

તે સ્ત્રીની વાત સાંભળીને બિરબલજીએ તલવાર પાછી મૂકી દીધી પછી તે બાળકને હાથમાં લઈ બીજી સ્ત્રીને પૂછવા લાગ્યા કે શું કરું? ત્યારે તે બીજી સ્ત્રી કહે હુઝૂર જોયું આ મારુ જ બાળક છે આ સ્ત્રીએ પણ કહી જ દીધુને કે આ બાળક મારુ છે માટે લાવો આ બાળક મને જ આપી દો હું જ તેની માતા છું.

આ સાંભળીને બિરબલજી એ સ્ત્રી ઉપર ખીજાયા ને કહેવા લાગ્યા ......ધૂર્ત તું ચૂપ કર આ બાળક તારું નહીં પણ આ પહેલી સ્ત્રીનું છે. એમ કહી તે બાળકને પહેલી સ્ત્રીનાં હાથમાં મૂકી દીધું અને પછી બાદશાહની સામે જોઈ કહે જહાંપનાહ ફેંસલો થઈ ગયો આ જ સ્ત્રી આ બાળકની સાચી માતા છે.

બિરબલજીની વાત સાંભળીને બાદશાહ પૂછવા લાગ્યા કે બિરબલજી આપે કેવી રીતે જાણ્યું ?

બાદશાહ અકબરનો પ્રશ્ન સાંભળીને બિરબલજી કહે જહાંપનાહ "માતૃત્વની પણ ભાષા અનેરી હોય છે" આ સ્ત્રી તેના બાળકનાં ટુકડા થવાનાં તે જ વિચારથી ડરી ગઈ તેથી કહેવા લાગી કે મારુ બાળક મારાથી દૂર હશે ને જીવિત હશે તો હું જીવી લઇશ પણ એના ટુકડા કરવાથી બાળક મરી જશે. ને જહાંપનાહ કોઈપણ માતા પોતાના બાળકને કેવી રીતે મરવા દે? ને વળી જહાંપનાહ માતા એજ કહેવાય જેના હૃદયમાંથી સતત માતૃત્વની સરવાણી વહેતી હોય.

બિરબલની વાત સાંભળીને બાદશાહ અકબરે આદેશ આપ્યો કે બિરબલજી આ બાળકને તેની ખરી માતાને સોંપી દો.

બિરબલે બાદશાહજહાંની વાત સાંભળી તે બાળકને તેની ખરી માતાને સોપી દીધું, તે સાથે જ આખાયે દરબારમાં બિરબલજીનો જય જયકાર થઈ ગયો.

39
મહોરો કોની ?

• ૩૯. મહોરો કોની ?

એક સમયે દિલ્હીની બજારમાંથી એક ઘાંચી પોતાની મહોરો ભરેલી કોથળી લઈ જઈ રહ્યો હતો. તે વખતે તે ઘાંચીનું ધ્યાન ચૂક થઈ જવાથી તેની પાસે રહેલ મહોરોની કોથળી તેના હાથમાંથી પડી ગઈ.

જ્યારે ઘાંચીને ખબર પડી કે તેની મહોરોની કોથળી ખોવાઈ ગઈ છે ત્યારે તે શોધવા નીકળ્યો. ત્બજારમાં આમતેમ નજર ફેરવતા તેણે જોયું કે એક કસાઈનાં હાથમાં પોતાની કોથળી જેવી જ બીજી કોથળી છે તેથી તેણે કસાઈને કહ્યું કે ભાઈ તારા હાથમાં જે કોથળી છે તે મારી કોથળી છે તે તું મને પાછી આપ. ત્યારે તે કસાઈએ કોથળી આપવાની ના કહી ને કીધું કે આ કોથળી મારી છે તો હું શા માટે તને આપું?

ઘાંચીએ કહ્યું કે ભાઈ એ મારી મહેનતની કમાણી છે ને તું ન આપે તો કેમ ચાલે? ઘાંચીની વાત સાંભળી કસાઈએ ખીજાઈને કહ્યું કે તારી મહેનતની કમાણી છે તો મારીયે મહેનતની જ કમાણી છે. આમ પરસ્પર બંને તે કોથળી માટે લડવા લાગ્યાં. આખરે આ ઝગડો અકબર બાદશાહ પાસે દરબારમાં પહોંચ્યો. ત્યારે અકબર બાદશાહે બિરબલને કહ્યું કે તું આમનો ન્યાય કર આ કોથળી બેય જણાની તો હોય ન શકે.

ત્યારે બિરબલે બંનેને કહ્યું કે હું વારાફરતી બંને ને બોલાવી પછી ન્યાય કરીશ. ત્યારપછી બિરબલે પહેલા એ કોથળી હાથમાં લીધી અને એકાંતમાં જઈ તેની મહોરો ગણી. ત્યાર પછી તેમણે સૌપ્રથમ ઘાંચીને એકાંતમાં બોલાવીને પુછ્યું કે તારી કોથળીમાં કેટલી મહોરો હતી?

તો ઘાંચીએ કહે હુઝૂર મારી કોથળીમાં ૧૫ મહોરો હતી. ત્યારપછી બિરબલે કસાઈને આજ સવાલ પૂછ્યો ત્યારે તેણે પણ ૧૫ જ મોહોરો કહી આ સાંભળી બિરબલ થોડો વિચારમાં પડી ગયો. પછી તેણે કોથળીઓમાંથી મહોરો કાઢીને જોઈ તો મહોરો પર થોડું લોહી લાગેલું હતું ને મહોરો ચીકણી હતી. આ જોઈ બિરબલે બાદશાહને કહ્યું કે મારે એક

પાણીથી ભરેલ એક વાસણ જોઈએ છે.

તરત જ બાદશાહે તે પાણીથી ભરેલ વાસણ મંગાવ્યું. બિરબલે તે બધાં જ મહોરો સહિતની કોથળી પાણીનાં વાસણમાં નાખી દીધી તે જોઈ અકબર બાદશાહે પૂછ્યું કે બિરબલ તે આમ કેમ કર્યું? ત્યારે બિરબલ કહે કે આ મહોરોમાંથી માંસની વાસ આવે છે, તે સાંભળીને અકબર બાદશાહ ફટ કરતાં બોલી ઉઠ્યા કે તો, તો આ મહોરો કસાઈની જ છે.

આ સાંભળી બિરબલે કહ્યું જહાંપનાહ ઉતાવળ ન કરો મને શાંતિથી જોવા દો. પછી બિરબલે થોડીવાર પછી પાણીની અંદર જોયે રાખ્યું પછી કહે કે જહાંપનાહ આ મહોરો ઘાંચીની છે. ત્યારે અકબર બાદશાહ આશ્ચર્યચક્તિ થઈ ગયાં તેમણે બિરબલને પૂછ્યું કે તમને કેવી રીતે ખબર પડી? ત્યારે બિરબલે કહ્યું જહાંપનાહ આ કોથળીમાં કેટલી મહોરો હતી તેનો જવાબ આ બંને એ સાચો આપેલ.

બીજી વાત એ કે જ્યારે આ મહોરો મે હાથમાં લીધેલ ત્યારે તે ચીકણી ને લાલ લાગેલ કારણ કે છેલ્લે આ મહોરો કસાઈના હાથમાં હતી તેથી કસાઈના હાથની સુગંધ આવ્યા વગર રહે જ નહીં, વળી ચીકણી પણ હતી એટલે કે લોહી પણ જ્યારે સુકાવા લાગે તો થોડું ચીકાશ પડતું જ થઈ જાય છે તેથી હું ચોક્કસ ન હતો પણ પાણીમાં મહોરો નાખી તે સાથે જ સિક્કાની ઉપર ચોંટેલ તેલ પાણીમાં પ્રસરાઈ ગયું. અર્થાત આ મહોરોના મૂળ માલિક ઘાંચીની છે પણ કસાઈએ આ મહોરો ભરેલ કોથળી જોઈ હાથમાં લીધી, તેમાંથી મહોરો કાઢી ગણી તેથી મહોરો ઉપર કસાઈનો રંગ લાગી ગયો. પછી બિરબલે કસાઈને પૂછ્યું કેમ બરાબર ને?

બિરબલનો સવાલ સાંભળીને કસાઈનો ચહેરો કાળો પડી ગયો તેણે બિરબલની માફી માંગી કહ્યું કે આ મહોરો ભરેલી કોથળી જોઈ તે લાલચમાં આવી ગયો હતો. બિરબલે તેણે માફી આપતા કહ્યું કે ભાઈ, લાલચ એ બૂરી બલા છે માટે તેનાથી દૂર રહી ઈમાનદારીથી રોટી મેળવીએ તેમાં જ વધુ સંતોષને આનંદ મળે છે અને આજ સંતોષ ને આનંદ જ જીવનની સાચી મહોર ગણાય છે ભાઈ, માટે આવું કાર્ય ફરીથી ક્યારેય ન કરતો. બિરબલજીની સલાહ સાંભળી કસાઈએ અને ઘાંચીએ બંનેએ બિરબલનો આભાર માન્યો અને દરબારમાંથી નીકળી ગયાં, ત્યારે અકબર બાદશાહ બિરબલજીની બુધ્ધિને સલામ કરી રહ્યા હતાં.

40
હજામની પરીક્ષા

• ૪૦. હજામની પરીક્ષા

દીલ્લીથી દસ કોસની છેટે આવેલ્લા ભીમપુર નામના ગામમાં માણેકચંદ કરીને વણીક વેપારી રહેતો હતો તેને અને શાહ વચ્ચે ઘાઢી મીત્રાચારી હતી. માણેકચંદના શેઠના છોકરાના લગ્ન થવાના હતા. તેવા શુભ પ્રસંગ ઉપર તેને ત્યાં દેશાવરોથી ઘણા પરોણાઓ આવવાના હતા. આવા શુભ અવસરમાં હુશીઆર હજામની જરૂર હતી, તે જરૂર પુરી પાડી શકે એવો એક હજામ શેઠના ગામમાં ન હોતો. તેથી તેણે મીત્રભાવથી અકબરને લખી જણાવ્યું કે આપના નગરમાંથી એક ચતુર હજામને અહીં મોકલવાની કૃપા કરશો.

હું તેને સારો પગાર આપીશ. પોતાના મીત્રનો આવેલો પત્ર વાંચીને તરત શાહે હજામની નાતને ભેગી કરીને પુછ્યું કે, તમારી નાતમાંથી સૌથી સરસ કોણ છે ? પણ તેઓ સીધો જવાબ ન દેતા આપસ આપસમાં લડવા લાગ્યા. આ જોઇ શાહે બીરબલને બોલાવીને કહ્યું કે ‘આ બધાઓમાંથી હુશીઆર હજામ કોણ છે તે શોધી આપો.

બીરબલે આ બધાઓમાંથી એક હજામને પોતાની પાસે બોલાવીને પુછ્યું કે ’તારામાં હુશીઆરી કેવી છે તે કહે ? હજામે કહું કે, ‘માણસ સુતો હોય, અને તે જાણી શકે નહીં એમ તેની હજામત કરૂં એવી મારી હુશીઆરી છે ’ આ જોઇ બીજાએ કહ્યું કે, હું હજામત કરૂં ત્યારે, હજામત કરાવનાર જાગતો હોય, તોપણ મારી હજામતની થંડકથી તેને ઝોકો આવ્યા વગર રહે નહીં‘ આ જાણી ત્રીજાએ કહ્યું કે ’સાહેબ ! માથાને સજીઓ અડવા દીધા વગર મોવારા ઉતારી લઉં‘ એ રીતે જુદા જુદા પ્રકારે પોતપોતાની બડાઇ હાંકવા લાગ્યા.

આથી સંતોષ ન પામતાં બીરબલે બધાઓને કહ્યું કે, ’એક પાંજરામાં પડ્યો પડ્યો વાઘ ઉંઘે છે, તેની મુછના મોવારા જે ઉતારી લાવે તે હજામ ખરો હુંશીયાર કહેવાય‘ બીરબલની યુક્તી તેઓને પસંદ નહીં પડવાથી બીરબલે તેઓને જવાની રજા આપી. આ બધાઓમાંથી એક જણ બીરબલની સામે આવી બીરબલને કહ્યું કે એમાં શી મોટી વાત છે, હું એ વાઘની મુછના મોવારા ઉતારી લાવું.’ બીરબલે કહ્યું કે, ‘ચાલ ઉતાર.’

એમ કહી તે બંને જણ વાઘના પાંજરા પાસે ગયા તે વખતે વાઘ ઉંઘતો હતો, તે જોઇ હજામે તરત સજીઓ સજીને વાઘના મોં તરફ હાથ લાંબો કરવા માંડ્યો, તે જોઈ બીરબલ તરત તેનો હાથ પાછો ખેંચી લીધો, અને હજામને કહ્યું કે 'તારી આખી કોમમાં તારા જેવો બીજો કોઇ હુશીઆર નથી. વાઘ જાગે અને તને મારી નાંખે એ ભયથી મેં તારો હાથ પાછો ખેંચી લીધો છે.' પછી રાજાને બીરબલે કહ્યું કે, 'હજામની આખી કોમમાં આજ હુંસીઆર છે.' રાજાના કહેવાથી બીરબલે તરત તે હજામને ભીમપોર મોકલાવી દીધો.

સાર--હજારોમાંથી એકને શોધી કાઢવાની યુક્તી જાણનાર બીરબલ જેવો બુદ્ધિશાળી બીજો બીરબલ નહોતો.

www.ingramcontent.com/pod-product-compliance
Lightning Source LLC
LaVergne TN
LVHW051125051026
849532LV00004BB/1677